எண் பெயர் #கட்டியங்காரன்

கார்த்திகேயன் புகழேந்தி

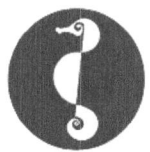

The views and opinions expressed in this book are the author's own. The facts contained herein were reported to be true as on the date of publication by the author to the publishers of the book, and the publishers are not in any way liable for their accuracy or veracity.

• என் பெயர் #கட்டியங்காரன் • கதை
• கார்த்திகேயன் புகழேந்தி© • முதல் பதிப்பு : ஜூன் 2024

• Eṇ peyar #kaṭṭiyaṅkāraṉ • Story
• Karthikeyan Pugazhenthi© • 1st Edition : June 2024

• Pages : 128 • Price : ₹ 170/-
• ISBN : 978-81-19568-56-7

Released by :
M/s. Yaavarum Publishers
24, Shop no - B, S.G.P Naidu Complex,
Dhandeeswaram Bus Stop
Opp: Bharathiar Park
Velachery Main Road
Velachery, Chennai - 600 042
9024261472 & 9940021472
yaavarum1@gmail.com
Url : www.yaavarum.com; www.be4books.com
Layout Designed by: Santhosh kolanji

Wrapper Designed by :

All rights, including professional, amateur, motion pictures, recitation, public reading, broadcasting are strictly reserved. No part of this book may be reproduced in whole or in part or utilized in any form or by any means electronic or mechanical, including photocopying, recording or by any information storage and retrieval system now known or hereafter invented, without the prior written permission of the Translators / Editor / Publisher

ஆசிரியர் குறிப்பு

கார்த்திகேயன் புகழேந்தி (19.09.1986)

பிறந்தது: மதுரை வசிப்பது: சென்னை.

ஸ்போர்ட்ஸ் கோட்டாவில் காமர்ஸ் படித்துமுடித்த கையோடு குடும்பத் தொழிலுக்கு வந்திருக்க வேண்டிய கார்த்திக், பயாலஜி க்ரூப் எடுத்து, எலக்ட்ரானிக்ஸ் படித்து, மென்பொருள் துறையில் பயின்று, மருத்துவக் காப்பீடு தொடர்பான திட்டப்பணிகளில் வேலை செய்து, பின் நிதி நிர்வாகம் படித்துவிட்டு வந்த மூன்றாம் தலைமுறை பதிப்பாளர் கார்த்திக் என்று தன் வாழ்க்கையை இரண்டாகப் பிரிக்கும் இவர் எப்போதும் எழுத்து, வாசிப்பின்பால் ஈர்க்கப்பட்டவர்.

2012 இல் சிக்ஸ்த்சென்ஸ் பப்ளிகேஷனில் ஒரு கடைநிலை ஊழியராக சேர்ந்து விற்பனை, சந்தைப்படுத்துதல், புத்தக உற்பத்தி மற்றும் கொள்முதல் தொடர்பாகக் கற்றுக்கொண்டு படிப்படியாக வானவில் புத்தகாலயத்தின் பதிப்பாளராக 2015லிருந்து செயல்பட்டு வருகிறார். சர்வதேசப் புத்தகக் காட்சிகளில் கலந்துகொள்கிறார், இலக்கிய விழாக்களில் ஒருங்கிணைப்பாளராகச் செயல்படுகிறார், பதிப்புத் துறை சார்ந்த பல முன்னெடுப்புகளில் ஈடுபட்டு வருகிறார். பதிப்பாசிரியர், மொழிபெயர்ப்பாளர், கட்டுரையாளர், ஊடகவியலாளர் என்று பல பொறுப்புகளை வெவ்வேறு சந்தர்ப்பங்களில் வகித்திருந்தாலும் எழுத்தாளர் என்ற அடையாளத்திற்காகத் தன்னை இன்னும் தகுதிப்படுத்திக்கொள்ள வேண்டும் என்று நம்புகிறார்.

நன்றி

ஓவியர் டிராட்ஸ்கி மருது, இயக்குநர் சசி,
எழுத்தாளர் மித்ரபூமி சரவணன், மருத்துவர் விக்ரம் குமார்,
பொறியாளர் விநோத் ஆறுமுகம், இயக்குநர் மணிபாரதி,
எழுத்தாளர் பட்டுக்கோட்டை ராஜா, எழுத்தாளர் சிவக்குமார்

என்றும் நினைவில் வாழும் பதிப்புலக முன்னத்தி ஏர்
'பூங்கொடி' சுப்பையா அவர்களுக்கு

வௌவால் மனிதனின் கதை

ஒரு தகவல் செய்தியாகும் முன் அது நகைப்புக்குரியதா அல்லது நையப் புடைக்கப்பட வேண்டியதா என்று சீர்தூக்கிப் பார்க்கும் நிலையில் இன்றைய சமூக ஊடகங்கள் இல்லை. அகழாய்விலிருந்து புலனாய்வுவரை உண்மையான தகவல் ஒரு நேர்க்கோட்டில் நம்மை வந்தடைவதற்குள் வதந்தி பத்துமுறை வெவ்வேறு திசைகளிலிருந்து வந்துமோதி நம் கவனத்தைச் சிதறடித்துவிடுகிறது. ஒருமுறை நாம் அதை நம்பி உண்மையை உதாசீனப்படுத்திவிட்டோமென்றால் மொத்தமாக அது நம்மைத் தரவுகள் தாண்டிய போலி உலகத்திற்குள் கடத்திச் சென்றுவிடுகிறது. அதற்குப் பின்னால் நாம் நாடும் தீர்வுகள் எதுவும் ஆதாரத்தின் அடிப்படையில்லாமல் நம்பிக்கையின் அடிப்படையில் அற்புதங்களின், அதிசயங்களின், சர்வரோக நிவாரணிகளின் வயப்பட்டுவிடும்.

மெத்தப் படிப்பதனால் வருவதல்ல பகுத்தறிவு. பொதுவாக நம்பப்படும் எல்லாவற்றையும் கேள்விக்கு உட்படுத்தும்போது பதில் நோக்கிய தேடலே அது. ஒரு காணொலியைப் பதிவேற்றும் முன்போ அல்லது கட்டுரையைப் பதிப்பிக்கும் முன்போ அதன் உண்மைத்தன்மையைச் சரிபார்க்கும் வழக்கம் குறைந்து வருகிறது. முன்னுக்குப்பின் முரணான தகவலைப் பகிர்வது, வன்மம் தோய்ந்த வார்த்தைகளைப் பதிவிடுவது, யவ்வனத்தை குறிவைத்தே தூண்டில் போடும் வலைதளங்களை வெள்ளோட்டம் விடுவது என்று தேவையில்லாத தகவல் இரைந்து கிடக்கும் இணையத்தில் நாம் சரியான தகவலைக் கண்டடைவதென்பது நம்முடைய சாமர்த்தியத்தையே சார்ந்தது.

இதுவரை பூமியிலிருந்து துடைத்தெறிந்துவிட்டதாக நம்பப்படும் நோய்கள் இன்றைய தேதியில் உலகை ஆட்டிப்படைக்கும் தொற்றுகள், நாளைய மானுட சவால்களை எதிர்கொள்ளும்விதமாக உங்கள் குழந்தைகளுக்கு முதல் ஆறு மாதத்திற்குள் 45 தடுப்பூசிகளும், ஒன்றரை வருடத்தில்

64 தடுப்பூசிகளும், ஆறு வயதிற்குள் 74 தடுப்பூசிகளும் போடுமாறு அமெரிக்க பிரஜைகளை அந்நாட்டு மருத்துவர்கள் நிர்ப்பந்திக்கிறார்கள். நம் நாட்டில் ஒரு குழந்தைக்குப் பிறப்பு சான்றிதழைப் பெற குழந்தைக்கோ அல்லது அதன் பெற்றோருக்கோ தடுப்பூசி போட்டிருக்க வேண்டும் என்ற எந்தக் கட்டாயமும் இல்லை. நாடுவிட்டு நாடு பயணிக்கும்போதுதான் சான்றிதழ் அவசியமாகிறது.

இது எல்லாம் ஆதாரப்பூர்வமாக தகவல். பொது சுகாதாரம் மற்றும் நோய் தடுப்பு மருந்து துறையிடமிருந்து தகவல் உரிமைச் சட்டத்தின்கீழ் ந.க.எண். 48590/ த.ஊ/ இரு.1/2010 பெறப்பட்டு ஹீலர் உமர் ஃபரூக்கின் ‘தடுப்பூசி: வெளிப்படும் உண்மைகள்’ நூலில் பிரசுரமும் ஆகியிருக்கிறது.

கண்ணுக்குத் தெரிந்த கொசுவையே ஒழிக்க முடியாத மருந்துகளால் கண்ணுக்குத் தெரியாத தொற்றுக் கிருமிகளை எப்படி ஒழிக்க முடியும் என்ற பாமரத்தனமான ஒரு கேள்வியை ஆசிரியர் முன்வைத்தாலும் அதற்குப் பின்னால் இருக்கும் சர்வதேச தரவுகளின் அடிப்படையில்தான் அதைக் கட்டமைத்திருக்கிறார் என்பது அவர் குறிப்பிட்டுள்ள நூல்களைப் பார்த்தால் தெரியும்.

மேற்சொன்னது நான் தேடிப் படித்ததற்கான உதாரணம். இதே தகவலை இணையத்தில் தேடிப் பார்த்தபோது நம் உள்ளீடுகள்தான் எந்தமாதிரியான தரவுகள் நம்மை வந்தடையும் என்பதைத் தீர்மானிக்கும் என்று புரிந்தது. நாம் மனதில் நினைக்கும் பாடலை எதேச்சையாக ஒலிக்கச்செய்யும் அளவிற்குப் பல படிமுறைகளின் அடிப்படையில் செயலிகள் நம் நகர்வுகளைத் துல்லியமாக கணிக்கக் கற்றுக்கொண்டுவிட்டன. கொசுக்களைப் போல...

ஒவ்வொரு காலகட்டத்திலும் ஊடகத்தின் வடிவம் மாறும்பொழுது அதற்கேற்ற எழுத்துரு, இலக்கியம் படைக்கப்படுகிறது. அட்சயப் பாத்திரம் போல் ஒரு பருக்கை தகவலை வைத்துக்கொண்டு அண்டா கணக்கில் கதைகள் புனையப்படுவதை இன்றைய கருவிகளும் தொழில்நுட்பமும் சாத்தியப்படுத்தியிருக்கின்றன. அதில் நமக்குத் தேவையானதை மட்டும் சலித்து எடுக்கச் சங்கப்பலகைபோல் நம்மிடம் ஒரு கருவி இருக்கிறதா என்பது கேள்விக்குறிதான்...

தகவல் திணிப்பு மற்றும் தகவல் திரிபின் சக்கரவியூகத்தில் சிக்கிக்கொண்டு நாம் இரவும் பகலும் உழல்கிறோம். இதை எப்படி முறியடிப்பது?

Digital Detox என்று சொல்லப்படும் ஒருவித ஊடக உபவாசம்தான் இந்தத் தகவல் செரிமானக் கோளாறைக் களைய ஒரே வழி. நாம் டிராகுலா (பஞ்சம், பசி, பட்டினிச்சாவு) கதைகளைப் படிக்கையில் திகிலடைகிறோம். நல்லவேளை டைனோசர்கள் காலத்தில் (உலக யுத்தம், பொருளாதார வீழ்ச்சி) நாம் வாழவில்லை என்று ஆசுவாசப்பட்டுக் கொள்கிறோம். ஆனால் ஜுராஸிக் காலத்திலிருந்து ரத்தம் குடித்து விருத்தியடையும் கொசுக்களைப் பார்த்து (இயற்கை சீற்றங்கள், பருவநிலை மாற்றங்கள் பற்றிய தவறான கணிப்பு, புரிதல்) நாம் பயப்படுவதில்லை.

எங்கும் வியாபித்திருக்கும் கொசுக்கள் மருந்துகளை மீறி பல்கிப்பெருகி உணவுச் சங்கிலியில் பறவைகளுக்கும் பூச்சிகளுக்கும் இரையாகின்றன. குறிப்பாக ஆளண்டாப் பிறவிகளாகக் குகைகளிலும் இருட்டிலும் தலைகீழாகத் தொங்கிக்கொண்டிருக்கும் வௌவால்கள்தான் கொசுக்களை அதிகம் வேட்டையாடுகின்றன. நகரமயமாக்கலில் வௌவால்களுக்கும் மனிதர்களுக்குமான இடைவெளியை அதிகரித்ததுபோல் கணினிமயமாக்கல் தகவலுக்கும், அதன் உண்மைத் தன்மைக்குமான இடைவெளியை அதிகரித்துவிட்டது. வௌவால்களால் மனிதனுக்கு ஏற்படும் தீமைகளைவிட நன்மைகளே அதிகம். நம்மை அண்டி வாழும் புறாக்களைப் போல் (வெள்ளைப் பொய்கள்) பல முட்டைகளை இடாமல் வருடத்திற்கு ஒரு குட்டியை (கசக்கும் உண்மைகள்) மட்டுமே ஈன்றெடுக்கும் பாலூட்டிகள் அவை. தவறான பரப்புரைகளால் நாம் வௌவால்களை விரட்டி அடித்துவிட்டு கொசுக்கடியைப் பற்றி புலம்பக்கூடாது.

கொரோனா காலகட்டத்தில் பல இன்னல்களுக்கும், இழப்புகளுக்கும் உள்ளான கோடானுகோடி மக்களின் உணர்வுகளுக்கு மதிப்பதனால் இரண்டு நிமிடம் அஞ்சலி

செலுத்திவிட்டு அவரவர் வேலையைப் பார்க்கச் சென்றுவிடாமல் நடந்த எல்லாவற்றையும் பதிவுசெய்யும் விதமாகவும், விவாதத்திற்கு உள்ளாக்கும்விதமாகவும், அடுத்த பேரிடருக்குள் நாம் நம்மை எப்படித் தகவமைத்துக்கொள்ள வேண்டும் என்ற நோக்குடனும் மட்டுமே இந்தத் தொகுப்பு எழுதப்பட்டிருக்கிறது.

மற்றபடி இது நெடுங்கதையா, குறுநாவலா, கட்டுரையா அல்லது வெறும் தகவல்களின் குவியலா என்ற உத்தேசத்தை உங்களிடமே விட்டுவிடுகிறேன்!

கார்த்திகேயன் புகழேந்தி

INTRODUCTION

1 – The First Infection

2 – The First Death

3 – The COVID–19

4 – The Lockdown

5 – The Reveal

6 – The Blame Game

7 – The Curtain Raiser

8 – The Fall of the Giant

9 – The Prayer

10 – The Conflict

11 – The Vibe

12 – The Confrontation

13 – The Catch

14 – The Deluge

15 – The Lead

16 – The Rebels

17 – The Castling

18 – The New begining

EPILOGUE

1 - The First Infection

DEC 31, 2019 – *மீன் சந்தை, வூஹான் மாகாணம்.*

தென் சீனா (Scroll)

ஒரே நாளில் 40ற்கும் மேற்பட்டவர்கள் பெயர் தெரியாத புதுவகை நோய் தொற்றால் பாதிப்பு. **(Flash)**

சென்னை. மணி பகல் இரண்டைத் தாண்டிவிட்டிருந்தது.

திறந்த வெளியில் இதே காட்சியை எடுக்கப்போயிருந்தால்?

கேமராமேன் ‘உங்களுக்கு காட்சியின் அமைப்பில் நேர்த்தி வேண்டுமா? இல்லை நடிகையின் பாவத்தில் கீர்த்தி வேண்டுமா?’ என்று கழுத்தில் கத்தி வைத்திருப்பார். இரண்டில் ஒன்றைக் காவுகொடுக்காவிட்டால் பொழுது புலரும்வரை உழைத்த அத்துணை பேரின் முயற்சியும் பாழாக்கிவிடும்.

அதனால்தான் இந்த வாடகை அறை ஏற்பாடு. அதையும் அவளேதான் முன்மொழிந்தாள். நடுங்கும் குளிரில் கச்சை அணியாது நிலாக்குளியலுக்காக தனித்துவரும் மலைவாசிப் பெண் கதாபாத்திரமாம். அதற்கான புகைப்பட ஒத்திகைக்காக ஊட்டி போகலாம் என்று உதவி இயக்குநர் சொன்னபோது, மாற்றாக தான் தந்த ஆலோசனை ஏற்றுக்கொள்ளப்பட்டதில் பாதி கலை இயக்குநராக ஆகிவிட்டதுபோல் பரம திருப்தி அவளுக்கு. அனோனிமா என்ற பெயரில் டப்ஸ்மேஷ் பிரபலமாக இருந்தவளின் சினிமா கனவு எதார்த்தம்தான்.

ஆனால் திரைக்குப் பின்னால் வேலை செய்ய ஆசைப்பட்டவளுக்கு நடிக்க வாய்ப்பு தருகிறார்களே என்று ஒருநொடிகூட அவள் யோசிக்கவில்லை. ‘கனவுத் தொழிற்சாலைக்குள் நுழைய ஒரு முகாந்திரம் தேவை. அது ஒரு டீ வாங்கிக் கொடுக்கும் வேலைன்னாலும் சரிதான்.ஓரளவிற்கு ஆட்கள் பரிச்சயம் ஏற்பட்டுவிட்டால் பின்பு சரியான வாய்ப்பு

ஒருநாள் நிச்சயம் கை கூடும்' என்பது அவளது மெய்நிகர் ஆசானின் அறிவுரை.

"ஷாட் ரெடி ! பொசிஷன் !" குரல் கம்மலாகத்தான் கேட்டது.

மெல்லிய சாரலில் நனைந்தபடி குளிருக்கு இதமாக இன்னொரு மிடறை உள்ளிழுத்தாள். அடர் கருப்புக் கித்தானின்மேல் சாம்பலின் நடனத்தை சற்றே நீட்டிக்கும்வண்ணம் புகையை ஊதினாள். சால்வையை நழுவவிட்டதும் கச்சைகட்டாத மலையகப்பெண் பாத்திரத்தில் கச்சிதமாகப் பொருந்தி இருந்தாள்.

கல்யாண வீடுகளில் பன்னீர்த் திவலைகளைத் தெறிக்கும் தானியங்கி எந்திரத்தை மழைச் சாரலுக்காக சாமர்த்தியமாகப் பயன்படுத்திய பெருமையும் அவளையே சாரும். அது புகை நாற்றத்தையும் ஈடுகட்டியது.

மானிட்டரில் இயக்குநர் பார்த்தார். வசனத்தின் உச்சரிப்பும், முக பாவமும், புகை விடும் இடைவெளியும் காட்சி ஒரு மலைப்பிரதேசத்தில் நடக்கிறது என்று நம்பும்படியாகவே இருந்தது.

"கட் !ஷாட் ஓகே!" இயக்குநர் குரலில் இப்போது புத்துணர்ச்சி.

அவர் அங்கிருந்து நகர்ந்ததும் ஒளிப்பதிவாளரைப் புடைசூழ ஒரு விவாதம் நிகழ்ந்துகொண்டிருந்தது. உதவி இயக்குநர் ஒருவர் தன் கைபேசியின் மூலம் இணையத்தை வக்காலத்திற்கு வரவழைத்தார்.

'ஆசானே ! பயம், பக்தி இது ரெண்டுமே எங்கிட்ட சுத்தமா இல்ல. என் வாழ்க்கையோட ரிமோட் என் கைல இருக்க வரைக்கும் நான் யாருக்கும் சலாம் போடத் தேவையில்லேங்கறது என்னோட சித்தாந்தம். ஆனா நீங்க சொன்னது மட்டும் இங்க நடந்திடுச்சுன்னா ! அதுக்கப்புறம் ரிமோட்ட உங்க கைல குடுத்துட்டு...'

உள்ளூர பதட்டமும் படபடப்பும் வெப்பத்தைக்கூட்ட, கூலாகத்தான் இருக்கிறேன் என்று காட்டிக்கொள்ள சவக்கும் சவ்வை மென்றுத் தீர்த்தாள். கைகள் கட்டி, அட்டணங்காலிட்டு உட்கார்ந்தபடி, தலைசாய்த்து எதிர்திசையில் எதையோ பார்த்தபடி

நினைவுகளை அசைபோட்டுக்கொண்டிருந்தவளை உதவி இயக்குநர் பெயர்சொல்லி அழைத்தார். அதுவே ஒருவிதத்தில் தான் நினைத்ததை உறுதிப்படுத்துவதாகத்தான் இருந்தது. ஆனாலும் திடுக்கிட்ட மாதிரி காட்டிக்கொண்டாள்.

“சாரி! அது வந்து மேடம்! எங்களுக்குள்ள பேசிப் பார்த்தோம்! டைரக்டர் சாரும் என்ன நினைக்கிறாருன்னா?...”

மேல சொல்லுங்க என்பதுபோல் அப்படியே அசையாமல் கண்களை மட்டும் சுழற்றினாள்.

“ஐடியா எல்லாருக்கும் ஓகே. ஆனா வேற யாராச்சும் ஒரு மாடல் இந்த கதாபாத்திரத்தில நடிச்சா நல்லாயிருக்கும்னு ஃபீல் பன்றாரு.”/‘Sorry madam! Operation Success. But the patient is dead’ தொனியில்/

ரிமோட்டை யாரோ வெடுக்கென்று கையிலிருந்து பிடுங்கியதுபோல் ஒரு பிரம்மை. அடுத்து அவன் என்ன சொல்லப்போகிறான் என்று தெரிந்தும் முகத்தை கலவரமாக வைத்துக்கொள்ள முயன்றாள் நமட்டுச் சிரிப்பையும் அடக்கிக்கொண்டு...

“ஆனாலும் ஒரு குட் நியூஸ் மேடம்! கேமராமேன் சார் நீங்க ஆர்ட் டிபார்ட்மெண்ட் சைட் படம் முழுக்க இருந்தா நல்லா இருக்கும்னு உங்களுக்காக ஸ்ட்ராங்கா சப்போர்ட் பன்னிருக்கார்.”

இதுவே சினிமாவாக இருந்து, மாண்டாஜில் ஒரு பாடல் காட்சி வைத்தால் அப்படியே ஆசானுக்கு ஆசை நாயகனாகப் பதவி உயர்வு கொடுத்திருப்பாள். இருந்தாலும் நிஜம் நிழலாடியது...

‘முகநூலில் மட்டுமே பார்த்த என்னை இவ்வளவு சரியா கணிச்சிருக்கான். லேசுபட்ட ஆளில்ல. நிச்சயம் ஏதோ ஒருவிதத்துல இந்தத் துறை சார்ந்து இயங்குறவனாத்தான் இருக்கும். அப்படின்னா பலன் ஏதும் எதிர்ப்பார்க்காம இத செய்ய அவனுக்கு அப்படியென்ன என்மேல் கரிசனம்? ஒருவேள இது உண்மையா அவராவே இருக்குமோ? என்னோட நம்பிக்கைய சோதிச்சுப் பாக்குறாரா?’ ஒருவேள இவனாக்கூட இருக்குமோ?!?!’

"மேடம்? நீங்க ஏன் யோசிக்கிறீங்கன்னு புரியுது. இது ஏதோ உங்கள ஆறுதல்படுத்த சொல்லல. அவர் உங்களோட வேலை புடிச்சதாலத்தான் இவ்ளோ பிடிவாதமா சொல்றார். உங்களுக்கு இஷ்டமில்லன்னா வேணாம்!"

"அப்படியெல்லாம் இல்ல. இத நான் எதிர்பாக்கல. அதான் உடனே என்ன சொல்றதுன்னு புரியல. கூடவே இருந்து என்ன நடக்குதுன்னு பார்க்க ஒரு நல்ல வாய்ப்பா நான் இத எடுத்துக்குறேன். அப்புறம் உங்க கிட்ட ஒரு சின்ன ரிக்வஸ்ட்"

"சொல்லுங்க மேடம்!"

"ஏதாச்சும்... கூட்டமா நிக்கற மாதிரி சீன் வந்தா... அதுல பின்னாடி ஒரு ஓரமா என்ன நிக்க வெப்பீங்களா? வசனமே இல்லன்னாகூட பரவாயில்ல!"

"அதுக்கென்ன மேடம்! க்ரௌட் எல்லாம் என் கண்ட்ரோல்தான். கூட்டத்துல இருந்து பேசற மாதிரியே சீன் வெச்சிடுறேன். டீல் ஓக்கேவா?"

தேக்கிவைத்த சந்தோசத்தை ஒரே புன்னகையில் உதிர்த்தாள்!

2 - The First Death

ஜனவரி 11, 2020 – 2019–nCoV *(Scroll)*

மீன் மார்க்கெட்டிற்கு சென்றுவந்த 61 வயது நபர் சிகிச்சை பலனின்றி உயிர் இழப்பு. உலக சுகாதார நிறுவனம் இதைப் புதிய வகையறா சார்ஸ் தொற்றாக உறுதி செய்து 2019–nCoV என்று பெயரிட்டது. **(Flash)**

தொட்டியிலிருந்த மீன்களுக்கு இரையளித்துவிட்டு அவை ஆர்ப்பரிப்பதை அழகுபார்த்துக்கொண்டிருந்தவளை செல்ஃபோனின் சிணுங்கல் தூண்டில் புழுவாக அழைத்தது.

“25 படங்களுக்கு மேல் இயக்கியிருக்கிறேன். அதில் இந்தப் படம் என் மனதுக்கு மிகவும் நெருக்கமானது. என் மனைவியுடனான முதல் சந்திப்பை இதில் காட்சியாக வைத்திருந்தேன். இன்றோடு அந்த சந்திப்பு நடந்து 25 ஆண்டுகள் நிறைவடைகின்றன.”

பதிவிட்ட 3 விநாடிக்குள் இருநூற்றி சொச்ச லைக்குகள், கமெண்டுகள், ஹார்டீன்கள்.

‘குறைந்தபட்சம் இதப் படிக்கவே ஒரு விநாடியாவது ஆகும்! அதுக்குள்ள எப்படி? ஒருவேள லைக் போட்டுட்டு சாவகாசமா படிப்பாங்க போல. நாமும் வெறும் ஹார்ட் விட்டுட்டு நின்னுடறதா... சே.. சே எவ்வளவு பெரிய கைங்கரியம் செஞ்சிருக்காரு. ஏதாச்சும் எழுதுவோம்.’ என்று யோசித்தவள் செல்லினம் தட்டச்சுப் பலகையை சொடுக்கினாள். அரைமணி நேரம் செலவிட்டு அவரது படங்களில் வந்த சிறந்த காதல் காட்சிகளையெல்லாம் கத்தரித்து ஒரு கொலாஜ் செய்தாள்.

“ஒவ்வொரு படத்திலும் அந்தந்த கதாபாத்திரத்தின் வயது, பின்புலம் எல்லாவற்றையும் கருத்தில்கொண்டு தத்ரூபமாக அதைப் பிரதிபலிக்கும் வகையில் காதலைச் சொல்லும் காட்சிகள் வைத்திருப்பீர்கள். ஆண்களில் கண்ணியமானவர்கள் இருக்கிறார்கள் என்ற நம்பிக்கையை என்னையே அறியாமல் என்னுள் விதைத்தவர் நீங்கள்தான்.

Hats off Sir! Wish to see many more love stories with deep subtexts from you!"

பதிவிட்டுவிட்டாள். நிச்சயம் ஆசானின் பரிசீலனைக்கு அது போயிருக்கும். கல்லை எறிஞ்சாச்சு. பார்ப்போம் ஆள் என்னதான் செய்யிறாருன்னு.

"வாழ்த்துகள்!" உள்டப்பியில் ஒரு கட்டைவிரலும், பூங்கொத்தும்.

'இது எதற்கான வாழ்த்து? இவருக்கு எப்படித் தெரியும்?' ஆச்சரியத்தில் இருப்பு கொள்ளவில்லை அவளுக்கு. மறுபுறம் அவளிட்ட பதிவு அனுமதிக்கப்பட்டு அந்தப் பக்கத்தை தொடர்ந்துவரும் பலரால் ரசிக்கப்பட்டும் இருந்தது.

'நான் அனோனிமா. எந்த வலைக்கும் சிக்காதவள். என்னையா சுத்தல்ல விடுறீரு! நானும் இந்த விளையாட்டில ஒரு கை பாத்திடறேன்!'

"மிக்க நன்றி ஆசானே!" ஏன் எதற்கு என்றெல்லாம் கேட்காமல் கை கூப்பி வணங்கினாள்.

"கலை இயக்குநர் என்றால் பிரம்மாண்டம் மட்டும் அல்ல. பலநேரம் சமயோஜித உத்திதான் பலன் கொடுக்கும். பார்த்தேன்! இரசித்தேன்!"

படாரென்று ஒரு பலூன் உடைந்ததுபோல் இருந்தது அவளுக்கு. அவர் நடிகராக இருந்த காலத்திலிருந்து இவள் அவரது பரம விசிறி. இயக்குநர் ஆனதும் அவரை மானசீக ஆசானாகவே மனதில் உருவேற்றிக்கொண்டாள். அன்று நடந்த படப்பிடிப்பு தளத்தில் அவர் மட்டும் இல்லை, அவருக்கு நெருக்கமான யாருமே இந்த மாதிரியான ஆரம்பக்கட்ட வேலைகளில் ஈடுபட வாய்ப்பு இல்லை.

'அப்படின்னா நம்ம கிட்ட பேசிக்கிட்டிருக்கிறது உண்மையாவே அவர்தானா? இல்லை அவரோட அட்மினா? அவனேதானோ? இனி இந்த உரையாடலை எப்படித் தொடர்வது???'

மனசாட்சியுடனான உரையாடலில் பலமுறை நினைத்தவாறெல்லாம் தட்டச்சு செய்து அதை அனுப்புவதா

வேண்டாமா என்ற குழப்பத்தில் அலைமோதிக் கொண்டேயிருந்தாள். சலனங்கள் எல்லாம் வலுவிழந்தபின் ஒரே ஓர் எண்ணம் மட்டும் திண்ணமாக எதிரொலித்தது.

'எதிர்முனையில் இருப்பது யாராக இருந்தாலும் அவருக்கு நீ நன்றிக்கடன் பட்டிருக்கிறாய். நீயாதான் இவர் நம்ம ஆசானா இருக்குமோன்னு நெனச்சியே தவிர அவரா அப்படி எதுவும் சொல்லல. இப்போதைக்கு ஒரு 'தேங்க்ஸ் கார்ட' போட்டு வை. பின்னாடி பார்ப்போம்.'

"ஆர்ட் டைரக்டரம்மா ஃபோன்லையே நன்றிய செதுக்கிட்டு இருந்தீங்கபோல"

அவள் பதிலுக்காகக் காத்திராது பூடகமில்லா எதிர்வினை உடனடியாக வந்தது.

இரசிகனா? ஒற்றனா? தெரியவில்லை. அதே சமயம் இவனிடம் எச்சரிக்கையாக இரு என்ற சமிக்ஞையும் உள்ளிருந்து வரவில்லை. அவயங்களைப் பிரதிபலிக்காத மையமான ஒரு ஸ்மைலியைச் சொடுக்கினாள்.

"அது சரி! ரிமோட்ட எப்பத்தான் ஏங்கிட்டத் தர்றதா உத்தேசம்!"

'இது என்ன நூதன ஹாக்கிங்கா இருக்கு? நான் மனசுல நெனச்சதச் சொல்றானே...இல்ல 'றே'. இல்ல இது எல்லாமே தற்செயலா நடக்குதா? இதப்போய் நான் யார்கிட்ட சந்தேகம் கேட்க? சரி சமாளிப்போம்.'

"புரியல ஆசானே!" சொடுக்கையில் மீண்டும் தடுக்கினாள்.

"இல்ல... நான் சொன்னபடி செஞ்சு இந்த வாய்ப்பு மட்டும் கெடச்சுதுன்னா என்ன ஒரு நாலாவது, அஞ்சாவது உதவி இயக்குநராவாச்சும் சேத்துப்பீங்களான்னு கேட்டிருந்தேன். நீங்கதான் பட்ஜட் படம்...ஸ்பாட்டுல முடியாது. ரிமோட்டா வேணா வேலை செய்யுங்கன்னு சொன்னீங்க...அதான் ஞாபகப்படுத்தினேன்."

'ஏதோ கிண்டலுக்கு சொல்றாருன்னுல நெனச்சேன். நம்மள போட்டு வாங்குறாப்டியா? யாருன்னே தெரியலையே! ஆனது ஆச்சுன்னு பேசாம நேர்ல கூப்பிட்டு பேசிடலாமா? பிள்ளையார் பிடிக்க கொரங்கா முடிஞ்ச கதையா ஆகிடப்போகுதோன்னு பயமாவும் இருக்கு!' புலம்ப ஆரம்பித்துவிட்டாள். ஓர் அசட்டு தைரியத்தில்,

"அதுக்கென்ன. தாராளமா! நீங்க 'பிஓபி'லதானே எல்லாம் செய்றதா சொன்னீங்க. தேவை ஏற்படும்போது கண்டிப்பா சொல்றேன். எதுக்கும் உங்க ப்ரொஃபைல் அனுப்புங்க" மிடுக்காகச் சொன்னாள்.

"அது மேடம். எங்க தாத்தா வில்லுப்பாட்டுக்காரர். அப்பா சிற்பி. அதனால எதையும் முறையா கத்துக்கிட்டதில்லைனாலும்... கேள்வி ஞானமுண்டு… பிஓபி மட்டுமில்ல… மரம்… பிளாஸ்டிக்… காகிதக்கூழ்… செப்பு… கல் இப்படி எதுவானாலும்… ஒன்னப் பார்த்தா அப்படியே செஞ்சிடுவேன்… வேலையில சுத்தமிருக்கும்… எங்கப்பாரு சொல்லுவாரு, தாத்தா கதாகாலட்சேபம் பண்ணும்போது ஒரு பிள்ளையார் கதை சொல்லிட்டு கடைசியா ஆஞ்சனேயர் கதையில முடிப்பாராம்…அதே பழக்கம்தான் அவர் சிற்பம் செய்யும்போதும்…புள்ளையார கும்பிட்டு ஆரம்பிப்பார்… ஆஞ்சனேயர கும்பிட்டு சிலைக்கு கண் திறப்பார்…இந்தத் தொழில் தெரியாத சிலபேர் செஞ்ச வேலையாலதான் அந்தப் பழக்கமே மருவி,'பிள்ளையார் பிடிக்க கொரங்கா முடிஞ்ச கதையா இருக்கே!'ன்னு பழமொழியா மாறிடுச்சு போல. நம்மகிட்ட தொழில் இருக்கு. ஆனா பக்திதான் கொஞ்சம் கம்மி. அதனாலதான் கோயில் வேலைகள் நானா எடுத்து செய்யறதில்ல…சினிமால முயற்சிக்கலாமேன்னு தோனுச்சு"

'ஆகா கணபதி மேட்டர்லயும் டெலிபதி வர்க் அவுட் ஆகுதே. இது ஏதாச்சும் நெட்வர்க் சிக்கலா இருக்குமோ? க்ராஸ் டாக் புரிஞ்சிக்க முடியுது. இதென்ன க்ராஸ் தாட்?? ஒன்பது கிரகங்களும் உச்சத்தில் உள்ள ஒருவன் பேட்டரி இல்லாமலும் பேசலாம்னு ஒரு படத்துல ஜோசியர் சொல்வாரே அப்படி ஏதும்?'

இதற்குள் ஆசானிட்ட பதிவிற்கு ஒரு லட்சத்து சொச்ச லைக்குகளும்... கமெண்ட்களும் குவிய... தான் போட்ட பதிவிற்கு மட்டுமே இரண்டாயிரத்தைத் தாண்டி ஆர்டீன்களும் கட்டை விரல்களும் வழக்கம்போல் சம்பந்தமே இல்லாத சில ஹாஹாக்களும் விழுந்திருப்பதைக் கண்டு வியந்தாள்.

தொட்டியைப் பார்த்தால்... இன்னும் இன்னும் என்று சொல்வதுபோல் மற்ற மீன்கள் எல்லாம் மேற்புறத்தை மொய்த்துக்கொண்டிருக்க அனோனிமாவின் செல்ல ஆரோவனா மட்டும் தன் தொட்டியில் அமைதியாக இருந்தது. தண்ணீர் குரங்கு என்று அடிக்கடி அழைக்கப்படும் ஜீவராசியானது தொட்டிக்குமேல் பறக்கும் பூச்சிகள் வண்டுகளைப் பிடிக்க காற்றில் பறந்து மீண்டும் தொட்டிக்குள் குதிக்கும். அதைப் பார்த்துக்கொள்ளவே பலநேரம் வெளியே போவதைத் தவிர்ப்பாள். வாஸ்து நம்பிக்கையெல்லாம் இல்லை. மீன் பண்ணை நடத்தும் தன் குடும்பத்தின் ஞாபகமாக அவளிடம் இருக்கும் உயிருள்ள வஸ்து அது. அவ்வளவுதான்.

ஒத்த சிந்தனையுள்ளவர்கள்... ஒரே அலைவரிசையில் செயல்படுகிறவர்களைப் பற்றியெல்லாம் கேள்விப்பட்டிருப்பீர்கள். அவர்களெல்லாம் பல வருஷம் பரஸ்பரம் ஒன்றாகப் பழகியவர்கள்... அல்லது சூஃபிகள்... சன்யாசிகளைப்போல ஏதோ ஒரு தேடலில் தன்னையே அர்ப்பணித்துக்கொண்டவர்கள்... சந்தித்தே இராத இறைநேசருக்குக் கசையடி கிடைத்தால் இவர் முதுகில் தடிப்புகள் விழுந்த கதையைப் படிக்கையில் திகைத்திருப்பீர்கள். கலியுகத்தில் இதுபோன்ற ஒத்திசைவிற்கு ஏதும் விஞ்ஞானப்பூர்வமான விளக்கம் இருக்கிறதா? இந்த விவரம் எல்லாம் தெரியவில்லை என்றபோதும் அவளுக்கு ஒன்றுமட்டும் தெளிவாகப் புரிந்தது.

'என்ன மாதிரி டிசைன் இதுன்னு தெரியல? ஆனா ஒருமாதிரி சிலிர்ப்பா இருக்கு. இந்த போதைக்கு நான் அடிமையாகிடக்கூடாது' ஆரோ அதை ஆமோதிப்பதைப்போல் அசைந்தது.

"நாளைக்கு சாயந்தரம் எங்க இருப்பீங்க? உங்களை சந்திக்கணும். நேர்ல வர முடியுமா?"

அது ஆசானா என்பதில் மட்டுமல்ல. பேசுவது ஒரு மனிதனா என்பதிலேயே சந்தேகம் வந்துவிட்டது அவளுக்கு.

3 - The COVID-19

பிப்ரவரி 14, 2020 – கிளியோபாட்ராவின் புகழ் பாடும் எகிப்தில் ஆஃப்ரிக்க துணைக்கண்டத்தின் முதல் மரணம் பதிவானது. *(Scroll)*

சீன பிரதமர் ஜின்பிங் முதல்முறை பத்திரிகையாளர் சந்திப்பில் இப்படியொரு பரவலை தங்கள் அரசாங்கம் முன்கூட்டியே ஒருவாறு ஊகித்திருந்ததாக ஒப்புக்கொண்டார். SARS–CoV–2 என்ற பெயரை மாற்றி "COVID–19" என்று உலக சுகாதார நிறுவனம் நாமகரணம் செய்தது. **(Flash)**

அவள் கேட்டதுதான் தாமதம். வாட்ஸப்பில் அழைப்பு வந்தது. விசித்திரமான இலக்கங்களைக் கொண்ட முகம் காட்டாத எண்.

'வரவர வாட்ஸப்லயும் விளம்பரத்துக்கு கூப்பிட ஆரம்பிச்சிட்டாங்களா? ஒரே இம்ஸையா போச்சு.'

'நேர்ல வரமுடியுமான்னு கேட்டதுலேருந்து பேச்சு மூச்சே இல்ல... இது அவரா இருந்தா? நாம செக் வைக்கலாம்னு நெனச்சா இப்படி நமக்கே ட்விஸ்ட் குடுக்குறாரே!'

'எடுத்து வேறு யாராச்சும் பேசினா... தர்மசங்கடமா போய்டுமே...எடுக்கலாமா... வேணாமா?'

'அட இரெண்டுல ஒன்னத் தொடச்சொல்லி முடிவெடுக்கக் கூட பக்கதுல யாருமில்லையே!'

"அழைப்பை ஏற்கவும்" உள்டப்பியிலிருந்து ஓர் அன்புக் கட்டளை.

'என்னமாதிரியே லேப்டாப்ல சேட் பன்னிக்கிட்டே வாட்ஸப்ல கூப்பிடறாரு போல. சரி இன்னிக்கு ஒரு முடிவு தெரிஞ்சிடும்... துணிஞ்சு எடுப்போம்.'

அதீத வாஞ்சையும் இல்லாமல், அதே நேரம் வஞ்சனையும் இல்லாத கனிவான குரலில் 'ஹலோ' என்றாள். எதிர்முனையில்

அதே பரிச்சயமான குரல். எதிர்வினையாற்றும்முன் அது வீடியோ அழைப்பாக மாறியது. அதே கதிர்பாயும் வசீகரமான முகம். செய்வதறியாது இணைப்பைத் துண்டித்தாள்.

True Callerல் Omni என்று ஊர் பெயர் காட்டியது.

'இப்படியும் ஒரு ஊரா? சர்வ வல்லவர்னு ஒருத்தரத்தான் சொல்லுவாங்க...இவர் சர்வர் வல்லவர்போல... அவர் எண் தெரியக்கூடாதுன்னு ஏதும் என்க்ரிப்ட் பன்னிருக்காரோ?'

"மன்னிக்கணும் ஆசானே! உங்கமேல நம்பிக்கையில்லாம நேர்ல சந்திக்கணும்னு சொல்லல. உங்ககிட்ட பேச, கேட்க, கத்துக்க ஆயிரம் சமாச்சாரம் இருக்கு எனக்கு. அதுதான் கொஞ்சம் அவசரப்பட்டுட்டேன். இனி இப்படி செய்ய மாட்டேன். நான் தயார்னு எனக்கு தோன்றப்ப உங்களைச் சந்திக்கிறேன்." வாட்சப்பிலேயே அனுப்பினாள்.

'ஆனா நீங்களா வலிய வந்து எங்கிட்ட பேச வேண்டிய அவசியம் என்னன்னு மட்டும்தான் இன்னும் எனக்கு மட்டுப்படல.' ப்ளூ டிக் வரவில்லை. டபுள் டிக் வந்தது.

விரல் நுனிவரை வந்த வார்த்தைகளை தடம் தெரியாமல் மறையச் செய்தது அடுத்து வந்தப் பகிர்வு.

"Not only the thirsty seek the water,

The water as well seeks the thirsty"

ஜலாலுதின் ரூமியை அடிக்கடி அவரது பேட்டிகளிலும் உரையாடல்களிலும் மேற்கோள் காட்டுவது வழக்கம்தான். ஆனால் இது தனக்கே தனக்கானது. அதில் ஓர் உள்ளார்ந்த அர்த்தம் இருப்பதை அவள் உணர்ந்தாள்.

விஸ்தாரமாகக் கிளை பரப்பி கிளிகளும் குயில்களும் வந்தமரும் ஆலமரமாய் அவர் உயர்ந்து நிற்கிறார். அவர் மூலம் திரைத்துறைக்கு அறிமுகம் ஆகி இன்று நட்சத்திர அந்தஸ்தில் ஒய்யாரமாக வீற்றிருப்பவர் பலர். ஊடக சந்திப்புகளில் கேட்கப்படும் கேள்விகளுக்கு பதிலளிக்கும் விதத்தில் 'மறுபடியும் அவருடன் சேர்ந்து பணிபுரிய அவா' என்றெல்லாம் தூது விடுகிறார்கள்.

பிரபலம் ஆனபிறகு ஏதாவது ஒருவிதத்தில் தங்களது நன்றிக்கடனை செலுத்திவிட வேண்டும் என்று காத்துக்கிடப்பவர்கள்போல் அவர்கள் தங்களைக் காட்டிக்கொள்வார்கள். உண்மையில் சொல்லப்போனால் அவர் கொடுத்த அடையாளத்தைத் தக்கவைத்துக் கொள்ளவும், தங்களை அறியாமலேயே தங்களைச் சுற்றி உருவாகிவிட்ட பிம்பச்சிறையைத் தகர்த்துக்கொண்டு வெளியே வரவும்தான் அவர்கள் அவரை மீண்டும் வாய்ப்பு கேட்டு யாசிக்கிறார்கள்.

ஆனால் அதற்கு நேர்மாறாக அவரது உள்வட்டத்தில் உள்ளவர்களோ எந்தவொரு பிரதிபலனையும் எதிர்பார்க்காமல், புகழ் வெளிச்சத்திற்காக மெனக்கெடாமல் அவரை வேர்போல தாங்கிக் கொண்டிருக்கிறார்கள். சொல்லப்போனால் அவர்களது வாழ்க்கையையும் சேர்த்தே அவர் வாழ்கிறார். அவர்களைப் பற்றி அவர் பொதுவெளியில் பேசியதேயில்லை. குருகுலவாசம் முடிந்து அவர்களது பயணத்தைத் தொடங்கும்பொழுதே அவர்கள் தனித்தன்மையுடைய ஆளுமைகளாக கண்டடையப்படுகிறார்கள்.

கிளையா? வேரா? பள்ளிக் கல்வியா? குருகுலவாசமா? எது அவளுக்கு உகந்தது என்று அவர் கோடி காட்டிவிட்டார். இனி அவள்தான் தேடிப்போக வேண்டும்.

அதற்குள் OLAக்காரனின் ஓலம் கேட்டது. படப்பிடிப்பு நாட்களில் காலை 9.30 மணிக்கு அவளுக்கான வாகனத்தை OLA மூலம் தயாரிப்பு நிறுவனம் ஏற்பாடு செய்திருந்தது. சம்பளமாக இல்லாமல் சாப்பாடு, போக்குவரத்து கட்டணம் இப்படிச் சலுகைகள்தான் கிடைக்கும் என்று அவளுக்குத் தெரியும். ஒப்புக்கொண்டதை மறந்துவிட்டாள்.

'கேப் ஏறிவிட்டு ஆசானிடம் ஆசுவாசமாகப் பேசிக்கொள்ளலாம்.' ஆழ்மனம் சொன்னது. அதை ஆமோதிக்கும்விதம் அவரும் நிகழ்நிலையில் இல்லை.

'4287 அண்ணா'

பெயர், விலாசம், கட்டணம், சென்றடையும் இடம் எதைப்பற்றியும் கேட்கவில்லை. தாற்காலிகக் கடவுச்சொல்லை

உள்ளீடு செய்ததும் திரும்பிக்கூட பார்க்காமல் வண்டியை எடுத்தார் ஓட்டுநர்.

“வண்டி ஏறிட்டன் அண்ணமாரே. எங்கட வேலை என்னாண்டு விவரம் தெரிஞ்சதும் விளிக்கிறன். சரியே ?”

பதினைந்து நிமிடப் பயணத்திற்குப் பின் படப்பிடிப்புத் தளத்திற்குச் செல்லும் பாதி வழியில் யாரிடமோ கதைத்துக்கொண்டே யாழ் நங்கை ஒருத்தி ஓடிபி சொல்லி ஏறினாள்.

‘யார் இவள் ? N95 முகமூடி. பேச்சில் ஒரு பரபரப்பு. இந்தப் படத்திற்கும் இவளுக்கும் என்ன சம்பந்தம் ? என்ன மாதிரியே யாரோ கோர்த்து விட்டிருக்காங்கபோல. எதுக்கு போறோம்னு தெரியாமலே வருது பாவம்.’ என்று எண்ணியவாறே கொரோனா வைரஸ் பற்றிய செய்திகளைப் படித்துக்கொண்டிருந்தாள். அன்றைய தேதியில் இந்தியா முழுவதும் இந்தத் தொற்றால் பாதிக்கப்பட்டிருந்தவர்கள் 60 பேர். தமிழ்நாட்டில் ஒருவர்கூட பாதிக்கப்படவில்லை. எனினும் 16 சுற்றுலா பயணிகள் ‘கொ.ப.செ’க்களாக (கொரோனா பரப்புச் செயலாளர்) வெளி நாடுகளிலிருந்து வந்திருப்பதாகக் கசிந்த தகவல் அவளை பீதிக்குள்ளாக்கியது.

“அண்ணா ! ஏசிய ஆஃப் பன்னிட்டு விண்டோ எறக்கி விட்டுடுறீங்களா ?” என்றதும் சக பயணியின் பதட்டத்தைப் புரிந்துகொண்டு முகத்திரையை விலக்கி பளீரென்று யாழ் நங்கை சிரித்தாள்.

“உங்கட பாத்திரத்துல நடிக்கதான் வந்திருக்கன் நான். என் ஊர் நுவ்ரேலியா. கதை குன்னூர்ல நடக்குறதால என்ன அழைச்சிருக்காங்கன்னு நினைக்கிறன்.”

‘இவளையும் அவர்தான் அனுப்பியிருப்பாரோ ? பேச்சு குடுத்துப் பார்ப்போம்.’

“ஓ ! நீங்க நடிகையா ? யார்கிட்டயோ ஃபோன்ல பேசினீங்களே ? டைரக்டர்கிட்டயா ?”

"இல்ல. அது என் தகப்பன்சாமி! நேரம் வரும்போது சொல்றன்!" என்றவள் கண்களில் அப்படியொரு பூரிப்பு.

படப்பிடிப்பு தொடங்கும்வரை அதையடுத்து எந்த வார்த்தைப் பரிமாற்றமும் இல்லாதபோதிலும் சண்டி ராணிகள் ஒருவரையொருவர் ஆழம்பார்த்துக் கொண்டேயிருந்தனர்.

4 - The Lockdown

ஏப்ரல் 14 – இரண்டாம் உலகப்போருக்குப் பிறகு சமூகப்பரவல் காரணமாக அதிக அளவில் உலகளாவிய உயிரிழப்புகள். பல நாடுகளை போர்க்கால அடிப்படையில் பள்ளி, கல்லூரி, ஆலயங்கள், அலுவலகங்கள் மூடப்பட்டன. (Scroll)

குறும்பர்களின் அத்துமீறிய செயலால் சிங்கப்பூரில் ஜூம் செயலிகள் மூலம் பாடம் எடுப்பதற்குத் தடைவிதிக்கப்பட்டது. இந்தியா இரண்டாம்கட்ட ஊரடங்குக்குத் தயாராகிக்கொண்டிருந்தது. **(Flash)**

புழக்கடையில் அவனைக் கடந்துசெல்ல சரியான சந்தர்ப்பம் பார்த்து நின்றுகொண்டிருந்த நிறைமாத காட்டுப்பூனைக்குப் போக்கு காட்டியபடி, "இதோ இந்தக் கொட்டாங்குச்சியில ஊத்திட்டு அந்தப்பக்கம் போயிடறேன். பிடிச்சிருந்தா மிச்சம் வெக்காம குடிச்சிரு. உனக்கு டெலிவரியாகும்வரைக்கும் தினம் கலந்து தாரேன். சரியா !"

'ம்யா ஆவ்'

"ஏண்டா இப்பிடி கிருத்துவம் புடிச்சவனாட்டம் நாளும் கெழமையுமா படைச்சதச் சாப்பிடாம... ஓம்பாட்டுக்கு சத்துமாவ கலக்கி குடிச்சிக்குட்டு இருக்கே? நீ கெட்டதுமில்லாமே ஏன் அந்த வாயில்லா ஜீவன வதைக்கிற."

"அம்மா இது ப்ரோட்டீன் ஷேக் மா ! வர்க் அவுட் பன்றப்ப செல் டேமேஜாகும். அதை உடனே புதுப்பிக்கத்தான் இந்த எனர்ஜி ட்ரின்க். அந்த பூனை பிரெக்னெண்டா இருக்கும்மா. பாவம் ஒரு மாசமா லாக்டவுன்ல பலசரக்குக்கடை குடவுன் பக்கமும் போக முடியல. அக்கம்பக்கம் சரியான வேட்டையும் இல்ல. அதான் அதுக்கும் போஷாக்கா ஏதாவது கொடுக்கலாமேன்னு..."

"அடேய் ! முதல்ல இந்த உலகத்துக்கு வா. கதைங்க படங்கன்னு பாத்துப் பாத்து எல்லாத்துக்கும் கம்ப்யூட்டர்லயே கம்பு சுத்த

ஆரம்பிச்சிட்ட... இன்னிக்கு என்ன நாள்! வருஷப் பிறப்பு... இந்த சுண்டல்லயும், பருப்பு பாயாசத்துலயும், வடையிலயும் இல்லாத புரதமாடா அந்த மண்ணாங்கட்டில இருக்கு... ஊருல அந்த மனுஷன தனியா விட்டுட்டு உனக்கு வடிச்சுகொட்ட வந்தேன்பாரு... என்ன சொல்லணும்... ஏதோ தீவுல மாட்டுன மாதிரி எத்தன நாளைக்கு இப்படி டமாரமடிக்கிறதும் வெளக்கேத்துறதும்... டார்ச் அடிக்கிறதுமா இருக்கறது... வெள்ளைக்காரன் காலத்துலேர்ந்து எதுக்குமே நிப்பாட்டாத ரயில் போக்குவரத்த மொடக்கி வச்சிருக்காங்க... இதெல்லாம் முடிஞ்சு எப்ப ஊர்போய் சேரப்போறேனோ. ஆண்டவனுக்குத்தான் வெளிச்சம்... பேசாம என்ன கூட்ஸ் வண்டியிலயாச்சும் ஏத்தி விட்டுடடா... அதிகாரிங்க வந்தா நான் சமாளிச்சிக்கறேன்."

"நம்மள ஆள்றவங்க அந்த ஆண்டவனையே லாக்டவுன்லதாம்மா வச்சிருக்காங்க. அதனால புதுசா செல செய்யுற வேலை எதுவும் நடக்காது. நான் இதுக்கெல்லாம் முன்னாடியிலிருந்தே work from home...அதனால எனக்கு பெரிய வித்தியாசம் தெரியல...அவருக்கும் இந்த work for home புதுசு ஒன்னும் இல்ல... அப்பா அவருக்கு புடிச்சத சமச்சு சாப்பிட்டு வீட்லதான் இருப்பார். நீ அவ்வளவு ரிஸ்க் எடுத்தெல்லாம் ஊருக்குப் போகத் தேவையில்ல"

"அதுசரி! அப்படியே work for homeஐயும் நீ பழகிக்க. அப்பதான் நாளைப்பின்ன பொண்டாட்டி ஊருக்குப் போகும்போது உபயோகமா இருக்கும்"

"அம்மா! கிரின் போறாம்மா! அவகிட்ட சொல்லும்மா அது ஒடம்புக்கு நல்லதுன்னு. பிடிக்கலன்னா பாயாசம், வடையெல்லாம் கூட தாறேன்... கிரின்... என் பேச்ச கேளு..."

ஒரு நீண்ட பார்வைக்குப் பின் கொட்டாவி விட்டபடி அவனுடைய நடமாடும் தோட்டமான கிரின் தோட்டத்தைக் கடந்து சென்றாள்.

"இசை என் வாழ்வில் இன்றியமையாதது. இன்ன நேரம்தான் என்றில்லை. நான் ஒவ்வொரு முறை ஒரு புது நாவலை எழுத

உட்காரும்பொழுது அது எப்படியோ மோப்பம் பிடித்து வந்துவிடும். என் பூனைகளைப்போல” என்று ஜப்பானிய எழுத்தாளர் ஹாருகி முராகமி ஒரு பேட்டியில் சொன்னது அவனை வெகுவாகக் கவர்ந்தது. அதிலும் ‘கிரின்’முராகமி என்ற பெயர்கொண்ட இன்னொரு பிரபல ஜப்பான் எழுத்தாளர் ஹாருகிக்கு கொடுத்த அன்புப்பரிசு.

ரியூ முராகமி ! visceral horror என்று சொல்லப்படும் ஒருவகை புலன்சார்ந்த திகில் கதைகள் எழுதுவதில் வித்தகர். ஜப்பான் சீனக் கலாச்சாரப்படி ஒரு மிகப்பெரும் ஆளுமையின் வரவு அல்லது மறைவைக் கட்டியம் கூறுவதுபோல் தோன்றும் நெருப்புக்கக்கியான மாயவிலங்கிற்கு கிரின் என்று பெயர். முராகமிகள் இருவரும் கதை எழுதும்பொழுது ஏதோ ஓர் இடத்தில் தொய்வு ஏற்பட்டு நின்றுவிட்டால், மிங் சாம்ராஜ்ஜியத்தின் ஆசிகளோடு அவர்களை வழிநடத்தும் சக்திகளாகப் பூனைகளைக் கருதினர்.

ஜப்பான் கொரிய திரை மரபிலிருந்து ஒவ்வொரு இயக்குநரும் எதையெதையோ இறக்குமதி செய்கிறார்கள். நாம் ஏன் இதை எடுத்துக்கொள்ளக் கூடாது என்ற யோசனையின் விளைவாக இந்தக்காட்டுப்பூனையை அவன் வளர்க்க ஆரம்பித்திருந்தாலும் உள்ளபடியே பூனைகளின் உலகம் மற்ற விலங்குகளைவிட வித்தியாசமானதாகத்தான் அவனுக்கு அதன் பிறகு தெரிய ஆரம்பித்தது. நாய்களை பராமரிக்கும் அளவிற்கெல்லாம் மெனக்கெடத் தேவையில்லை... எங்காவது சண்டைபோட்டு அடிபட்டு வாலறுந்து... காது கிழிந்து... பார்க்கச் சகிக்காத காலங்களில் கிடைப்பதை உண்டு தலைமறைவாக வாழ்ந்துவிடும் பூனைகள்... குட்டிகளைப் பராமரிப்பதற்காக மட்டுமே வீடுதங்கும்... பறவைகளில் காகத்தைப்போல் சாதுர்யமானவை...சில பூனைகள் பிறவி ஊமைபோல்தான் நடந்துகொள்ளும்... தேவைக்கு மட்டுமே சத்தம் எழுப்பும்...

வயோதிகத்தையும் உடல்ரீதியான மாற்றங்களையும் தாக்குதல்களால் ஏற்படும் மன அழுத்தங்களையும் பூனைகள் வெளிக்காட்டிக்கொள்வதே இல்லை...அதனால்த்தானோ

என்னவோ மார்க் ட்வைன், பர்னார்ட் ஷா, சர்ச்சில், காம்யூ, புக்கோவ்ஸ்கி, போர்ஹே, ஹெமிங்வே, ஐன்ஸ்டைன், சில்வியா ப்ளாத் என்று பல நாட்டைச் சேர்ந்த சிந்தனையாளர்கள் வினோதமான பெயர்கள் சூட்டிப் பூனைகளைத் தங்கள் உற்ற இணையாக வைத்திருந்தார்கள். ஆனாலும் வளைந்து, நெலிந்து, குதித்து யோகாசனத்தின் அத்தனை ஆசனங்களையும் அனாயாசமாக செய்யும் அந்த ஜீவன் திடீரென்று ஒரு சாதாரண அஜீரணக் கோளாறால் சைனா பொம்மைபோல் மரணிக்கும் மர்மத்தைப் பற்றி அவர்களில் யாரும் எந்தக்குறிப்பும் எழுதிவைக்காதது ஆச்சரியமாக இருந்தது. பூனை முகமும் மனித உடலும்கொண்ட எகிப்தியக் கடவுளர்களின் சாபம் அவற்றை பீடித்திருக்குமோ, அல்லது தனக்கு வரவேண்டியதை அவை வாங்கிக்கொண்டனவோ என்ற ஊகங்களுக்கிடையில் திடீரென்று முளைக்கும் கிளைக்கேள்விக்கு ‘தன்னைத்தானே சரிசெய்யும் தன்மைகொண்ட ஜாவா மென்பொருளுக்கு டாம்கேட் என்று அபாச்சி நிறுவனம் ஏன் பெயரிட்டது’ ...பதில் தேடும்முன்...

டாம் அண்ட் ஜெர்ரி, பேசும் டாம், டாம்பாய் இப்படிப் பூனைகளைப் பற்றிதான் எவ்வளவு உருவகங்கள்... உலக இலக்கியங்களில் பூனை என்ற தலைப்பில் ஒரு கட்டுரையோ அல்லது யூ–ட்யூப் வீடியோவாகவே செய்யும் அளவு விசயம் இருக்கிறது என்று நினைத்துக்கொண்டே அறையை நோக்கி நடந்தவனை இடைமறித்து அம்மா...

“நில்றா! பூனைக்குப் போய் கீரின்னு யாராவது பேர் வெப்பாங்களாடா? கருப்பு சட்டைய போட்டுக்கிட்டு குறுக்க போய் நிக்காதே. பாவம் அது என்ன வேலையா போகுதோ? வீட்டுல குனிஞ்சு நிமிர்ந்து ஒரு வேலை செய்யறதில்லை... யோகாசனம்... மூச்சுப்பயிற்சின்னு பண்ணுவியா... அதவிட்டுட்டு வீடியோவப் பார்த்து எதையாவது எசகுபெசகா இழுத்துக்காத...”

“ஒரே நேரத்துல 20 பேர் சேர்ந்து வர்க் அவுட் பன்றோம்மா... எங்க எல்லாரையும் பிக்பாஸ் ஜூம் மீட்ல பார்த்துக்கிட்டு இருக்காரு... நீ வேணா பாரு... இந்த வர்க் ஃப்ரம் ஹோம்... ஸ்கூல் எல்லாம் இனிமேல் சர்வ சாதாரணமாகப் போவுது. இது பயோ

வார்தான்... இனிமேல் எல்லாமே வர்ச்சுவல்தான்... அதுக்குத் தயாராகத்தான் டம்பெல்... மேட் எல்லாம் ஆன்லைன்ல ஆர்டர் பண்ணிட்டேன்."

"வக்கணையா பேசு. வயல வித்து எம்.பி.ஏ படிக்கவச்சதுக்கு இதான் மிச்சம். நடவுக்கு போறவன், மாடு மேய்க்கிறவனெல்லாம் இன்னும் வெளியபோய் வந்துக்கிட்டுதாண்டா இருக்கான்... இங்கதான் எல்லாத்துக்கும் ஒரு பட்டன தட்டுனா போதும்னு நம்மல சோம்பேறியாக்கிடுறாங்க. போன வாரம்கூட

யூ—ட்யூப்ல ஒரு வீடியோ பாத்தேன். இதுதான் சாக்குன்னு ரேஷன்... கேஸ் எல்லாத்தையும் தனியார் ஆக்கப் போறாங்கன்னு... இதுக்கு பின்னாடிகூட அந்த கம்மனாட்டிங்க சதியிருக்கு..."

"அம்மா அது கம்மனாட்டியில்லம்மா... இல்லுமினாட்டி... ப்ரெளஸ் பன்னக் கத்துக்கிட்டு ரவுசு பன்றியே!"

"என்ன கருமமோ... இந்தா... உன் கீரிப்புள்ளைக்கு இந்த ரொட்டியப் போடு."

'தோட்டத்துல எலிய எகிறிப் பிடிக்க வேண்டியதெல்லாம் உக்காந்த எடத்துல பெடிக்ரி சாப்பிடுது... மார்கெட்டிங் உத்யோகத்துக்கு போக வேண்டியது, குறும்படம்... சினிமா... புஸ்தகம்னு ரூமுக்குள்ளையே அட காக்குது... பொல்லாத பட்டணமா இருக்குடா சாமி... 6 மாசத்துக்கு மேல இங்கிருந்தா கிறுக்கு பிடிச்சிடும்... வண்டியெல்லாம் விட்டதும் போய் மொத வேலையா பொண்ணு பாக்கணும்' என்று முணுமுணுத்தபடி அடுக்களைக்கு சென்றாள்.

"அம்மா! பொண்ணுன்னா எப்பிடி இருக்கணும்னு நான் சொன்ன கதையெல்லாம் ஞாபகம் வெச்சுக்க... நீ முடிவு பன்னு... அப்பா சொதப்பிடுவாரு..."

கூச்சலிட்டபடியே தன் அறைக்குள்... தன் மாய உலகிற்குள் நுழைந்தான்.

5 - The Reveal

மே 24, 2020 – வீட்டிலிருந்தபடியே உலகம் முழுதும் வாழும் இஸ்லாமியர்கள் ஈகைத் திருநாளைக்கொண்டாடிய அதே வாரம் அமெரிக்க அதிபர் டொனால்ட் டிரம்ப் உலக சுகாதார நிறுவனத்தினுடனான உறவை முறித்துக்கொள்வதாகப் பகிரங்கமாக அறிவித்தார். *(Scroll)*

வூஹானை மறுபடி திறந்திருந்த சீனாவுக்கு பாரபட்சம் காட்டுவதாக இன்னும் சில நாடுகள் அவநம்பிக்கையை வெளிப்படுத்தின. அரசாங்கத்தின் எச்சரிக்கையை மீறி ஜப்பான் அதிபர் ஊரடங்கு விதிகளைத் தளர்த்தினார். வளைகுடா நாடுகளில் எண்ணெய் ஏற்றுமதியில் ஏற்பட்ட பெரும் சரிவை ஈடுகட்டும் விதமாக மதிப்புக்கூட்டல் வரி மும்மடங்காக்கப்பட்டது. சீனாவை முதன்முறையாக கொரோனா தொற்று எண்ணிக்கையில் தோற்கடித்ததைக் கொண்டாடும்விதம் இந்தியா மூன்றாம் கட்ட ஊரடங்கை 2 வாரங்கள் நீட்டித்திருந்தது. **(Flash)**

அவன் முன்கூட்டியே சொல்லியிருந்த தாளகதியில் கதவைத் திறந்ததும் பாடல் ஒலிக்க...ரம்மியமான மஞ்சள் ஒளியைப் பரப்பியிருக்க....

கூகிள் 'is there any review on Auter's new Netflix anthology' என்று தன் கூகிள் ஹோம் அசிஸ்டன்டிடம் கேட்க...

அதுவும் கர்ம சிரத்தையுடன் எல்லாவற்றையும் நேரம், இடம் வாரியாகப் பதிவிடப்பட்ட விமர்சனங்களை புடவைக் கடைக்காரரைப்போல் ரகம் ரகமாக அடுக்கியது...

வெள்ளிக்கிழமையென்பதால் இந்தியாவில் ரிலீஸ் ஆவதற்குமுன் வெளிநாடுகளில் நமது வியாழன் நள்ளிரவிற்கே படம்பார்த்துப் பதிவிட்டிருந்தார்கள். இந்தியாவில்... அதுவும் தமிழ்நாட்டிலிருந்து வந்திருந்த பிரபல விமர்சகருடைய பதிவைப் படிக்கும்பொழுது தேள் கொட்டியதைப் போல் இருந்தது'

இதற்கு தக்க பதிலடியைத் தன் ‘ட்விட்டர் ஹேண்டில்’ மூலம் கொடுக்க வேண்டும் என்று முடிவு செய்தான்…ஏனென்றால் அவன் தாமதிக்கும் ஒவ்வொரு நிமிடமும் சனி, ஞாயிறுக்குள் விஷமேறி ஐம்டிபி ரேட்டிங்கை சரித்துவிடும். ஏனென்றால் அவன் பேசுவதை சாட்சாத் ஆட்டரின் குரலாகவே அவனைப் பின்தொடர்ந்த லட்சோபலட்ச இரசிகர்கள் நம்ப ஆரம்பித்துவிட்டார்கள்.

ஒருமுறை அறையைச் சுற்றும்முற்றும் பார்த்துக்கொண்டான். குராசோவா, ஹிட்ச்காக், டாரண்டினோ, நோலான்,கூப்ரிக் இப்படி சுற்றிலும் ஒட்டியிருந்த அயல்நாட்டு இயக்குநர்களின் படங்களுக்கு நடுவில் பிரதானமாக இருந்தது தலை நிமிர்ந்து சிரிக்கும் ஆட்டரின் படம்தான். அவரே இயக்கி நடித்த முதல் படத்தின் அந்த பிம்பம்தான் அவன் மனதில் ஆட்டராகப் பதிந்தது.

இதுபோன்ற முக்கியமான நாட்களில் எல்லாம் அந்தக் கறுப்புநிற சூப்பர்மேன் டி—ஷர்டை போட்டுக்கொள்வது அவனுக்கு வழக்கம். இணையதளங்களில் தாவித்தாவிச் செல்லும் ஸ்பைடர் மேனாகிய தன்னுள் ஒரு பேட்மேன், சூப்பர்மேனின் பலமும் சேர்ந்தது போல் உணர்வான்.

ட்விட்டர் பக்கத்தைத் திறந்தான்.

முதலில் மீம் போடலாமா என்று யோசித்து… நினைத்த மாத்திரத்தில் ஒரு டெம்லேட்டை ரெடி செய்தான்.

“செந்தேள் குசும்பன்! அடுத்த படத்துக்கு திரைக்கதை எழுத வாய்ப்பு கேக்குறான்” என்று படத்தோடுகூடிய மீமைத் தயாரித்துவிட்டு அதை பின் டெலிட் செய்துவிட்டான்.

‘அவர் என்ன என்னை மாதிரி ஊர் நாட்டானா? அவர் பாணில…அவரே சொல்ற மாதிரி நாஸூக்கா இருக்கணும். ஆனா பளீர்னு புரியனும்… இதுக்கெல்லாம் கூட கூகிள் அசிஸ்டண்ட் பதில் சொன்னா எவ்ளோ நல்லாயிருக்கும்…ம்ம்ம்…அதெல்லாம் சுஜாதா கதைலதான் நடக்கும்… நிஜத்துல நடக்க இன்னும் 20 வருஷம் ஆகும்…’

எங்கிருந்து தொடங்குவது என்று யோசிக்கும்பொழுது… தன்னைப் போலவே ஓர் உலக சினிமா ரசிகனாக விமர்சனங்கள்

எழுதிய காலத்திலிருந்து அவரைத் தெரியும். பின்பு திரைக்கதை நிபுணர் என்று தனக்கென ஓர் இடத்தைப் பிடித்த அந்தப் பிரபல விமர்சகரின் உலக சினிமா கட்டுரைகள், அவர் பரிந்துரைத்த படங்கள் அவற்றை முகநூல் வாயிலாகத் தொடர்ந்து வந்தான். எப்படியாவது ஏதாவது வேலை பார்த்துக்கொண்டே கோடம்பாக்கத்தில் டேராவைப் போட்டால் தமிழ்த் திரையுலகம் இயங்குவதைப் பக்கத்திலிருந்து பார்க்கலாம். அவரிடம் பரிச்சயம் ஏற்படுத்திக்கொண்டால் ஒருநாள் அல்லது ஒருநாள் ஆட்டரிடம் உதவி இயக்குநராக சேர்ந்துவிடலாம் என்றக் கனவோடு சென்னைக்கு வந்து வருடம் 1 ஆகிவிட்டது. விமர்சகருடனான பரிச்சயம் இன்னும் நட்பாகப் பரிணமிக்கவில்லை. நீண்ட உரையாடல்கள், விவாதங்கள், கருத்துப் பரிமாற்றங்கள் என்கிற அளவில்தான் இருந்தது. நேரில் சந்திக்கும் சந்தர்ப்பத்திற்காகத்தான் காத்திருந்தான். அதற்குள் ஊரடங்கு.

இந்த இடைப்பட்ட காலத்தில் அவர்மீது ஒருவித ஒவ்வாமை வந்துவிட்டது அவனுக்கு. ஒரு கட்டத்தில் சுஜாதா விட்டுச்சென்ற வெற்றிடத்தை நிரப்ப என்னைவிட்டால் ஆளில்லை என்று சவால் விடுவதுபோல் பெரிய இயக்குநர்களின் படங்களையெல்லாம் விமர்சனம் என்ற பெயரில் குறைசொல்லிவிட்டு மறுமுகத்தில் அவர்களுக்கே விண்ணப்பக் கடிதங்கள் எழுதிக்கொண்டிருந்தார்.

ஆட்டை கடித்து, மாட்டைக் கடித்து கடைசியில் ஆட்டரின் படைப்பையே குறைசொல்லி அவர் பதிவிட்டதும் அதற்குமேல் அவர் மூலம் ஆட்டரை அடைவது கடினம் என்று புரிந்தது. ஆனால் அவரை வைத்து அடையலாம் என்றொரு குறுக்குவழி தோன்றியது. அமைதியாகத் தன் எண்ண ஓட்டத்தை அலசி ஒரு வாக்கியத்தை நெய்தான்.

“கொட்டுவது எல்லாம் தேளல்ல” என்று எள்ளல் தொக்கி நிற்கும் வாக்கியத்தைப் பதிவிட்டான். அடுத்த நிமிஷத்திலேயே ரீ–ட்வீட்டுகள் ஆயிரத்தைக் கடந்து அன்று மாலைக்குள் அவனுடைய ஹேஷ்டேக் டிரெண்ட்டாகத் தொடங்கியது. அதன் தொடர்ச்சியாக நள்ளிரவில் விமர்சகரை விமர்சித்து ஒரு நீண்ட பதிவை முகநூலில் அனுபந்தம் செய்துவிட்டுத் தூங்கிவிட்டான்.

காலையில் எழுந்து பார்த்தவனுக்கு பற்றி எரிந்துகொண்டிருந்த பின்னூட்டங்களைவிட அந்த ஒரு சமிக்ஞைதான் கவனத்தை ஈர்த்தது. தனது 'Top fan badge' பரிந்துரையை அவள் ஏற்றிருந்தாள்!

6 - The Blame Game

மே 29, 2020 – முன்னாள் அதிபர் ஒபாமா அரசு அதிகாரிகளின் மெத்தனப் போக்கை கண்டித்து அறிக்கை வெளியிட்டிருந்த நிலையில் அமெரிக்காவில் மட்டும் கொரோனா தொற்றால் உயிர் இழந்தவர்களின் எண்ணிக்கை ஆறு இலக்கங்களைத் தொட்டது. *(Scroll)*

உலக சுகாதார நிறுவனத்தின் மேல் நம்பிக்கையின்மை தீர்மானத்தை நிறைவேற்ற வேண்டி சக உறுப்பின நாடுகளுக்கு அமெரிக்க அதிபர் டொனால்ட் ட்ரம்ப் அறைகூவல் விடுத்தார்! **(Flash)**

ஐஜிடிவி நேரலையில் ரசிகர்கள் கேள்விக்கு பதில் அளிக்க நேரம் ஒதுக்கியதுக்கு நன்றி சார்.

'My Pleasure'

'உங்களுடைய Dream Project' ஒரு பெரிய பட்ஜெட், பல நாடுகள்ல படப்பிடிப்பு நடத்தக்கூடிய அளவுக்கு பெரிய 'Star cast'. multi-lingualஆ releaseக்கான சாத்தியமுள்ள பிரம்மாண்டமான சரித்திரப் படம்னு பலமுறை சொல்லியிருக்கீங்க. கொரோனாவால வேலைகள் பாதிக்கப்பட்டிருக்கு. இதனால இந்தப்படத்தில் CG காட்சிகள் முன்னாடி திட்டமிட்டதைவிட அதிகமாக சாத்தியம் இருக்கா? இல்ல வெப் சீரிஸா வர வாய்ப்பு இருக்கா? நீங்க இதுல ஒரு சிறு கதாபாத்திரமாவது ஏற்று நடிப்பீர்களா?'

'இப்படி லைவ்ல மக்கள் சரமாரியா கேட்டுக்கிட்டே இருக்காங்க சார்... நீங்க எந்தக் கேள்விக்கு பதில் சொல்ல விரும்புறீங்க?'

'CG நல்லா இருந்துச்சுன்னு ஒரு scifi படம் பார்த்துட்டு வர்றவங்க சொன்னா அது பாராட்டு. அதையே ஒரு சரித்திரப்படம் பார்த்துட்டு வர்றவங்க சொன்னா அது விமர்சனம். Immaterial of whether the pun was intended or unintended. உதாரணத்துக்கு ஒரு போர்க் காட்சிய பருந்துப்பார்வைல

காட்டுறதுக்கு பிரம்மாண்டமான செட், 1000 பேருக்கு costumeனு செலவு பண்ணோம்னா it's a criminal waste of human effort and an abuse of the technology. அதனால இப்போதைக்கு என்னோட முழு கவனமும் இந்த நேரத்தை எப்படி உபயோகமா பயன்படுத்தலாம்ங்கறதுலதான் இருக்கு...எல்லாம் ஒரு முடிவுக்கு வந்ததும் our team will take a call. I will be happy to go with the flow... பார்க்கலாம்...where this leads us to...'

'வழக்கம்போல உங்க ஸ்டைல்லயே பதில் சொல்லிட்டீங்க சார். உங்க பேர்ல நிறைய 'Fan Pages'வச்சு நடத்துறாங்க – அதில் சிலபேர் உலக சினிமாக்களோட உங்க படத்த ஒப்பிட்டு 'scene by scene decoding' எல்லாம் பன்றாங்க.'ஆட்டர்','ஆசான்','ஆண்டவர்' இப்படி பலபேர் வச்சு உங்கள ஒரு மானசீக குருவாவே நினைச்சு பல உதவி இயக்குநர்கள், குறும்பட இயக்குநர்கள் ஏகலைவன்களா உருவாகிட்டு வர்றாங்க. இதெல்லாம் உங்க பார்வைக்கு வருதா ? அவங்களப் பத்தின உங்க கருத்து ?'

'Honest ஆ சொல்லணும்னா 25 வருஷத்துக்கு முன்னாடி உலக சினிமாவ இவ்வளவு சுலபமா எல்லாராலயும் பார்த்திட முடியாது... நாங்க...as in என்னோட team...ஒரு படத்தை அப்போதைய current generationக்காக பன்னல...அந்த படம் வந்தப்ப youngstersஸா இருந்தவங்களோட பசங்க அந்த படங்கள இப்போ cult classicனு கொண்டாடறாங்க. நாங்க அப்ப aim பன்னத ஓரளவு achieve பன்னிட்டோம்னுதான் நினைக்கிறேன்.

Answering the second part of your question... இந்த காலத்து ஏகலைவர்கள் கட்டைவிரல் காணிக்கையெல்லாம் தரத் தேவையில்ல... social media has democratized learning for sure... போன வாரம்கூட என்னுடைய anthology பத்தின விமர்சனத்துக்கு ஒருத்தர் கொடுத்த response... they are pretty much very close to what I had to say... அவரோட மத்த reviews கூட படிச்சிருக்கேன்... சில சமயம்...அவரோட interpretations வேறயா இருந்தாலும்... they are quite intriguing...so yes... நானும் நிறையவே கத்துக்கறேன் !'

'Super Sir...ஒரு fanனா இதைக் கேட்க ரொம்ப சந்தோஷமா இருக்கு...அதன் தொடர்ச்சியாவே இன்னொரு கேள்வி...

உங்களோட நிறைய படம் சர்வதேச இல்ல மாநில அரசியலப் பேசுற படங்களா இருந்திருக்கு...சில படங்கள்...way ahead of timeன்னு சொல்லக்கூடிய அளவுக்கு பலபேரோட உலகப் பார்வையையும் அரசியல் நிலைப்பாட்டையும் மாத்துறதா அமைஞ்சிருக்கு. இந்தக் கரோனா பத்தின உங்களோட பார்வை என்ன...சிலர் இதை ஒரு பயோ வார்ன்னு சொல்றாங்க... நம்ம நாடு இந்த pandemic situation ஐ இன்னும் betterரா கையாண்டிருக்கலாம்னு நினைக்குறீங்களா...இந்த Back dropல ஒரு படம் எடுப்பீங்களா?'

'இந்த generation film makers... technically they are brilliant... they are well informed... a few of them are very well read as well... So அவங்க கூட போட்டி போடணும்னா... rather than reflecting them or predicting the future... I think going backwards in time is the right thing to do...அதனாலதான் ரொம்ப நாளா தள்ளிப்போட்டுக்கிட்டே வந்த வேலையை இப்போ செய்யறேன்... I hope that answers your question?'

'நிச்சயமா சார்... infact நான் கேட்டதுக்கு மேலயே கொடுத்திருக்கீங்க... புரிய வேண்டியவங்களுக்கு புரிஞ்சிருக்கும்னு நினைக்கிறேன்... அடுத்த 2 நாளைக்கு ட்விட்டர், ஃபேஸ்புக், யூ-ட்யூப்னு பத்தி எரியப் போகுது... weekend க்கு நல்ல content...

ஒருமணி நேரம் போனதே தெரியல... இன்னும் பல கேள்விகள் ஃப்ளாஷ் ஆகிட்டே இருக்கு... அதையெல்லாம் படிக்க இன்னும் 1 மணிநேரம் பேசினாக்கூட பத்தாது...'

'Oh! Yes...who knows... இன்னும் 2 மாசம் இப்படியே போச்சுன்னா இன்னோர் liveலகூட we shall catchup!...'

'Thank you Sir!... அடுத்தவாட்டியாச்சும் இன்னும் வித்தியாசமான கேள்வியா select பண்ணுங்கப்பான்னு நீங்க சொல்றது புரியுது... See you soon Sir!...'

7 - The Curtain Raiser

ஜூன் 18, 2020 – உலக அளவில் dexamethasone என்ற ஒருவகை steroidஐயும், மலேரியா சிகிச்சைக்கு உபயோகிக்கப்படும் hydroxychloroquineனையும் பயன்படுத்தி கொரோனா தொற்றினால் ஏற்படும் உயிரிழப்புக்களை ஓரளவிற்குக் கட்டுக்குள் கொண்டுவரலாம் என்ற அறிவிப்பு வெளியானதும் அதை அதிக அளவில் ஏற்றுமதி செய்யும் இந்தியாவிடம் உதவி கேட்டது அமெரிக்கா. *(Scroll)*

மருத்துவத்துறை அல்லாதவர்கள் அளவுக்கு அதிகமாக முககவசங்களையும் கிருமி நாசினிகளையும் வாங்கிக்குவிக்காதீர் என்ற நிலைப்பாட்டிலிருந்து உலக சுகாதார நிறுவனம் கூட்டமான இடங்களுக்குச் செல்லும்பொழுது குறிப்பாக வயோதிகர்களும் வியாதியஸ்தர்களும் சாதாரண முகக்கவசமேனும் அணிவது நல்லது என்று அறிவுறுத்தத் தொடங்கியிருந்தது. **(Flash)**

"'ஓவர் நைட் ஒபாமா' யூ–ட்யூப் சப்ஸ்க்ரைபர்களுக்கு வணக்கம்! இந்த வாரம் நாம பார்க்கப்போறது ஒரு அட்மினைப் பத்தி. தமிழ்நாட்ல மட்டும் இல்லங்க இந்திய அளவிலும் ஒரு ஏஸ் டைரக்டர் அந்தஸ்த்தில் இருக்குற ஒருத்தர் தன்ன சுத்தி ஒரு நெருங்கிய வட்டம் சொல்றத மட்டும் கேக்காம தன்னோட படங்களப் பத்தின பாராட்டுகளையும் விமர்சனங்களையும் இவ்வளவு உன்னிப்பா கவனிக்கிறாருங்கறது ரொம்ப பெரிய விசயம்ங்க. அதோட தரமான ஒரு விமர்சனத்தப் பாராட்டி நானே சிந்திக்காத கோணத்தில் ஒரு காட்சிய Decode பண்ணிருக்காருன்னு Credit கொடுக்கறதுக்கெல்லாம் வேற லெவல் confidence வேணுங்க.

'Straight from the Horses' mouthனு சொல்லுவாங்க. நம்ம தமிழ் சினிமா வட்டார வழக்குல சொல்லணும்னா 'வசிஷ்டர் வாயால் பிரம்மரிஷி பட்டம்.' அப்படித்தான் 'கட்டியங்காரன்'ங்கற பேஜ் ஒரே வாரத்துல 1மில்லியன் ஃபாலோவர்ஸ சம்பாதிச்சு பெரிய ஹிட் அடிச்சிருக்கு. அந்த பேஜோட அட்மின் யாருங்கறதப்பத்தி

ஒவ்வொரு சேனலும் ஒவ்வொரு தியரி சொல்லிக்கிட்டு இருக்காங்க. ஏஸ் டைரக்டரோட ஆஸ்தான ADயாலதான் இப்படியெல்லாம் எழுத முடியும்னு ஒரு வட்டாரம் சொல்லுது. இல்ல அவருடைய குடும்பத்திலிருந்து யாரோதான் இந்தப் பதிவை எல்லாம் போடுறதா இன்னோர் க்ரூப். அட இதெல்லாம் அவரே கார்ப்பரேட் பிஆர் வெச்சு செய்யறார்ப்பான்னு ஒரு கும்பல்... இது எல்லாத்துக்கும் உச்சக்கட்டமா...தானே தன் படங்களை ஒரு 3rd person perspectiveலேர்ந்து analyse பண்ணி ஆட்டரே அட்மினா இருந்து சொல்லும் அருள் வாக்குதான் அது என்று நம்பும் ஒரு கோஷ்டியும் இருக்கத்தான் செய்யுது.

அட அது யாரா வேனா இருக்கட்டுமே! கிசுகிசு, பெட்டிச்செய்தி, கவர்ச்சியான ஃபோட்டோ ஷூட், சினிமாவுல காலங்காலமா இருக்கற கேங்க் வார் இதையெல்லாம் வச்சு லைக்ஸ், ஷேர்ஸ், ஹிட்ஸ்னு ஏத்திக்கிற இந்த காலத்துல இப்படி மெனக்கெட்டு ஒருத்தர் கண்டெண்ட் கொடுக்குறாருங்கறது உண்மையாவே பாராட்டப்பட வேண்டிய விசயம்தானே!"

பரிந்துரைக்கு எல்லாம் காத்திருக்காது ஆலய மணியை அதிராமல் அடிக்கும் அன்புவயப்பட்டவளாய் பெல் சின்னத்தை செல்லமாகத் தட்டினாள். ஏதோ ஒருவித இனம்புரியாதப் பரவசம் உள்ளுக்குள் பிரவாகம் எடுத்தது. தேசிய விருதிலிருந்து எல்லா உயரங்களையும் பார்த்த ஒருத்தர் ஏன் தன்னைத்தானே பாராட்டிக்கொள்ளும் அற்பசந்தோஷத்துக்கெல்லாம் இடம்கொடுக்க வேண்டும்? இது அவர் இல்லை என்பதில் அவளுக்கு இப்போது எள்ளளவும் சந்தேகம் இல்லை. ஆனால் எப்படி வீடியோ காலில் அழைத்ததும் அவர் முகம் வந்தது? அது பிரமையென்றால் இந்த உணர்வுக்குப் பெயர் என்ன? அவன் யாராக இருக்கக்கூடும் என்ற ஊகத்தை ஓர் அந்தாதியாகவே ஆழ்மனதில் ஓடவிட்டாள்.

பதிவுகளுக்கெல்லாம் எதிர்வினையாற்றினாலும் பேச்சை யார் முதலில் தொடங்குவது என்று வார்த்தைகளற்ற உணர்வியல் சுண்டாட்டத்தை முடிவுக்குக் கொண்டுவர ஆயத்தமானாள். திட்டும் அளவிற்கு உரிமை எடுத்துக்கொள்ளவும் முடியவில்லை,

பாராட்டலாம் என்றாலும் ஊரே மெச்சிய பிறகு நான் சொல்ல என்ன மிச்சமிருக்கிறது என்ற தகிப்பு அவளை ஆட்கொண்டது. அனிச்சையாகவே அவன் சொன்ன ரூமி மேற்கோள் நினைவுக்கு வந்தது.'தகிப்பவனைத்தானே தண்ணீரும் தேடுகிறது?' எனில் நான் அவனது பரம விசிறியா அல்லது அவன் எனது ஆத்ம நண்பனா! இந்த நவீன உறவுச்சிக்கலுக்கு மட்டும் விடைகண்டுவிட்டால் அடுத்த கட்டம் நோக்கி நகரலாம் என்று தீர்மானித்தாள்.

அப்போதும்கூட 'ஒருவேளை என்னிடம் இன்னும் சிலகாலம் அவராகவே அவன் தொடர விரும்பினால்?' என்ற நப்பாசை அவளுக்கு.

"அடுத்த லைவ் எப்ப ஆசானே?" எப்படித் தொடர்வது என்ற முடிவை அவனிடமே விட்டுவிட்ட கணமே மனது லேசானது. ஆனால் அது வெகு நேரம் நீடிக்கவில்லை.

"இன்னுமா? ஏன்?" என்ற எளிய கேள்வியை அவளால் எளிதில் கடக்க முடியவில்லை. அதில் ஆயிரம் அர்த்தம் தொனித்தது.

'நமக்குள் இனிமேல் இந்த நாடகம் எதற்கு?' என்ற அர்த்தத்தில் அதை எடுத்துக்கொள்வதா?....

'இன்னோர் லைவில் கேட்கும் அளவிற்கு இன்னும் கேள்விகள் இருக்கிறதா?' என்று அதைப் புரிந்துகொள்வதா.

'இது அவரேதான் என்று குருட்டுத்தனமாக நம்பியபோது இருந்த சலனமற்ற மனநிலை இனி இராதா?'

'இந்தத் தீயை இன்னும் எண்ணெய் (என்னை) ஊற்றி வளர்ப்பதா? அல்லது இத்தோடு தண்ணீர் ஊற்றி அணைப்பதா?'

கொப்பளிக்கும் கேள்விகளைத் தணிக்கை செய்ய வேண்டுமென்றால் பேச்சைத் துண்டிக்காது, நீட்டிக்க வேண்டும். ஒரு கீற்றுபோல் வந்த யோசனையைப் பற்றிக்கொண்டு தொடர்ந்தாள்...

"நியூஸ் ஃபீட் போற வேகத்துல யாரும் கவனிக்க மாட்டாங்கன்னுதானே கஷ்டமான கேள்விய எல்லாம் சாய்ஸ்ல விட்டுட்டீங்க...? நான் அது எல்லாத்தையும் நோட் பண்ணி வச்சிருக்கேன்...அடுத்தவாட்டி நான் கேக்குறேன் கேள்வி...லைவ்ல"

"live வர்றதோட அழகே அந்த randomnessதான். அதனால முன்னாடியே prepared ஆ வர்றது நல்லா இருக்காது. வேணும்னா ஒன்னு செய்வோம். எல்லா கேள்வியையும் தொகுத்து வைங்க. நம்ம பேஜ்லையே ஒரு பதிவு போடலாம். சரியா?"

எளிதாக பதில் கிடைப்பதில் என்ன சுவாரஸ்யம் இருக்கிறது. இது அவள் எதிர்பார்த்ததுதான். முகத்திரையைக் களைய இதைவிட ஒரு நல்ல சந்தர்ப்பம் அவனுக்கும் அமையாது என்பதால் ஒப்புக்கொண்டாள்.

8 - The Fall of the Giant

ஜூன் 23, 2020 – 260 கோடி குழந்தைகள் பள்ளிப் படிப்பைத் தொடர முடியாத அளவிற்கு பொருளாதார நெருக்கடியை உலக நாடுகள் எட்டி இருப்பதாக அறிவிக்கப்பட்டது. *(Scroll)*

ஒரு மாதத்திற்கு முன் பிரதமர் அறிவித்த 20 லட்சம் கோடி நிவாரண நிதியின் ஒரு பகுதியையாவது நடந்தே சொந்த ஊருக்குச்சென்ற தொழிலாளிகள் பெற்றார்களா என்று ஊடகங்கள் விவாதித்துக்கொண்டிருந்தன. **(Flash)**

ஆட்டரின் வீட்டு முற்றத்தில் மிகுந்த கெடுபிடிகளுக்கிடையே பத்திரிகையாளர்களைச் சந்திக்க அவரே அழைப்பு விடுத்திருந்தார். நான்கு கட்டங்களாக அமலில் இருந்த ஊரடங்கு முடிவுக்கு வந்து முதல்கட்ட தளர்வாக தொற்று கட்டுக்குள் இருக்கும் பகுதிகளில் மாநில அரசு வணிக வளாகங்களையும், வழிபாட்டு இடங்களையும், உணவு மற்றும் தங்கும் விடுதிகளையும் ஜூன் 8 தேதி முதல் திறக்க அனுமதிக்கலாம் என்று மத்திய அரசு அறிவித்திருந்தது. பொதுக்கூட்டங்களுக்கு அனுமதி மறுக்கப்பட்டிருந்தபோதும் மாநிலங்களுக்கிடையே ஈ–பாஸ் இல்லாமல் பயணிப்பதில் இருந்த தடை நீக்கப்பட்டு இரவு 9 மணி முதல் காலை 5 மணி வரை என்று பெயரளவில் ஊரடங்கு இருந்தது. அடுத்தடுத்த மாதங்களில் பள்ளிகள், அலுவலகங்கள், பொது போக்குவரத்து எல்லாம் படிப்படியாக திறக்கப்படும் என்று எதிர்பார்க்கப்பட்ட சூழலில் மத்திய அரசின் நடவடிக்கைகளைக் கண்டிக்கும்விதமாக கட்டியங்காரன் பக்கத்தில் ஆட்டரின் சார்பாக வெளியான கேள்வி பதில்களில் பெரும் சலசலப்பை ஏற்படுத்தியிருந்தது.

“Let there not be a fight!” என்று தனக்கே உரித்தான பாணியில் கேள்விகளுக்குத் தயார் என்பதுபோல் முககவசத்தைத் தாண்டியும் வசீகரிக்கும் புன்னகையுடன் தலையசைத்தார்.

“சார் கட்டைக்கு பின்னால் சேனலிலிருந்து முதல் கேள்வி... Under world, Chaos Theory, Bio War, Tsunami இப்படி

ஹாலிவுட்டுக்கு நிகரான கதைக்களங்கள் உள்ள படங்களை நடிச்சும், இயக்கியும் இருக்கீங்க. ஆனா அந்த படம் வந்த காலகட்டத்துல அந்த குறிப்பிட்ட பேக்டிராப் பத்தின புரிதலே இல்லாதப்போ நீங்க எங்கிருந்து தகவல் சேகரிக்கிறீங்க...?"

"நல்ல இயக்குநர்கள், கதாசிரியர்கள் மட்டுமில்ல சினிமாவுக்கே சம்பந்தம் இல்லாத எவ்வளவோ பேர், வெவ்வேறு துறைகளைச் சேர்ந்தவங்க எனக்கு நண்பர்களா இருந்திருக்காங்க...ஆனா அவங்க தொழில்ரீதியா என்ன அணுகுறதுக்கு முன்னாடி பலமுறை யோசிச்சுதான் அதைச் செய்வாங்க... அதுவரைக்கும் அவங்க மேல நான் வைக்கும் விமர்சனம், என்மேல அவங்க வைக்கிற விமர்சனம் எல்லாத்தையும் தள்ளி வச்சிட்டு வேலை செய்யணும்னா அது லவ் பண்ணிக்கிட்டு இருந்த ரெண்டுபேர் கல்யாணம் பண்ணிக்க முடிவெடுக்கறதுக்கு சமம். இதுல குறிப்பிடத்தக்க விசயம் என்னன்னா சில பேரோட வேலை செய்றது நீடிக்கலைன்னாலும் எங்க நட்பு அப்படியேதான் நீடிக்குது...In the meantime சில நல்ல குணாதிசயம், பழக்கம் இல்ல தகவல் பரஸ்பரம் தொத்திக்கும் இல்லையா? அதுமாதிரி சில நல்ல தொற்றுகளும் இருக்கு....In any kind of relationship for that matter...அப்படிதான் அது சாத்தியமாச்சுன்னு நினைக்கிறேன்."

"இதோட தொடர்ச்சியாவே இன்னோர் கேள்வி சார். உங்களோட படங்கள்ல Political Correctness பத்தி எல்லாம் கவலைப்படாம ஆட்சியில இருக்கவங்களையேகூட விமர்சிச்சு வசனம் எல்லாம் பேசியிருக்கீங்க. கட்சிகளுக்கு அப்பாற்பட்டு ஒரு common manஆ உங்களுடைய பார்வைய சினிமால பதிவு செஞ்சிட்டே வந்திருக்கீங்க. நேரடி அரசியலில் எப்ப சார் இறங்கப் போறீங்க?"

"நீங்க எந்த சேனல்னு சொல்லவே இல்லையே? இந்தக் கேள்விக்குப் பின்னாடி எந்தக் கட்சி...சாரி சேனல்?"

"நாரதர்.காம்..."

"அதானே பார்த்தேன். ரொம்ப நன்றி, உங்க கேள்வி சுத்தி வளச்சு இருந்தாலும்... நான் நேரடியா நீங்க கேட்க நினைக்கிற

விஷயத்துக்கே பதில் சொல்றேன்... Cos I don't want to beat around the bush on why I called you all here... See...ஒரு கலைஞனோட கோபம் அல்லது சமூகப் பிரக்ஞையோட வெளிப்பாடுதான் எந்த ஒரு கலை வடிவமும்... அதுல சினிமாவோட வீச்சு அதிகம்... சமகால நிகழ்வுகள் உள்வாங்கிக்கிட்டு கிட்டத்தட்ட அது சன்னதம் ஆடித் தீர்ப்பது மாதிரியான ஒரு creative expression... அதை வச்சு ஒரு துறைல pioneerஆ இருக்கவர் அதே தாக்கத்தை நேரடி அரசியல்ல ஈடுபட்டு ஏற்படுத்துவார்னு நினைக்கிறது அபத்தம்... பூசாரி டாக்டராக முடியுமா? ஒரு கட்சி அல்லது சித்தாந்தத்தால ஈர்க்கப்பட்டு, அது தன் கலையில் பிரதிபலிச்சதை கட்சியும் அங்கீகரித்து... அடிப்படை உறுப்பினர்ங்கற இடத்திலிருந்து ஆரம்பிச்சு தன்னோட, பணம், புகழ், செல்வாக்கு எல்லாத்தையும் கட்சிக்கான மூலதனமா ஆக்கி பின் அதையே அறுவடை செய்யும்போது அவங்க முழு அரசியல்வாதியா மாறியிருந்தாங்க... அது ஒரு பெரிய Transformation with a long process... not everyone has the stomach for it... சர்வ நிச்சயமா எனக்கில்ல..."

வயிற்றைத் தடவியபடி கலைப்பசியடங்காது அவர் அரசியல் நையாண்டி செய்த விதம் எல்லோரின் இறுக்கத்தை சற்று தளர்த்தி சிரிக்க வைத்தது...

"என்னுடைய படங்களுக்குக் கிடைக்கும் பாராட்டு, பரிசு, அங்கீகாரத்துக்குக் கொடுக்குற அதே மரியாதையை விமர்சனத்திற்கும் மாற்று சிந்தனைக்கும் நான் கொடுக்குறேன்... அந்த அடிப்படைலதான் 'கட்டியங்காரன்'ங்கற பேர்ல எழுதுறவர endorse பன்னேன்...

ஆனா அந்த libertyயை அவர் misuse செஞ்சிருக்கார். இந்தக் கொரோனாங்கற வைரசே ஒரு கட்டுக்கதை...

Climate Change... gulf oil dependency...organic eugenics... zeidgeist movement... AI...Block Chain....Bit coinனு எல்லாத்தையும் சேர்த்து புதுசா ஒரு conspiracy theory உருவாக்க என் பெயரை உபயோகப்படுத்திருக்கார்... நல்ல சினிமா ரசிகர்...சினிமா துறை சார்ந்து இயங்க ஆசைப்படும் ஒருத்தர்ங்கறத தவிர அவர் யாருன்னே எனக்குத் தெரியாது... இதுவே வேறு யாராவதா

இருந்தா நான் இப்படி Press meet எல்லாம் வச்சிருக்க மாட்டேன்... என்னுடைய Legal, PR Team ஆலோசனையோடுதான் இந்த விசயத்த handle பன்னிருப்பேன்...

என்னோட பெயரை உபயோகிச்சதுக்கு மட்டுமில்ல...எந்த ஒரு பதிவை/படைப்பை அவர் பெயர்லேயே வெளியிடறதுன்னாகூட அடிப்படையான fact checking எல்லாம் செஞ்சு ஒரு moral responsibilityயோட அவரைப்போன்ற aspiring film makers செயல்படணும்னு சொல்லத்தான் இந்தச் சந்திப்பு... அவர் நாளை என்னைவிட பெரிய creatorஆ கூட வரலாம்...ஆனா இதோட seriousnessஐ அவர் புரிஞ்சுக்கணும்னுதான் சொல்றேன். மத்தபடி All good... no harsh feelings! நாரதர் கலகம் நன்மைல முடியுதான்னு பார்ப்போம்... முடிச்சுக்கலாங்களா!”

காணொலியைப் பார்த்துக்கொண்டிருந்த அனோனிக்கு பகீரென்றிருந்தது. அவர் ஓர் உணர்வாளர் என்ற நம்பிக்கையில்தான் அவளும் இருந்தாள். இப்படி பிரச்னை என்றதும் அந்தர் பல்ட்டி அடிப்பார் என்று நினைத்துக்கூட பார்க்கவில்லை. நமக்கே இப்படி இருந்தால் அவனது மனநிலை எப்படியிருக்கும் என்று அவளால் ஊகிக்க முடிந்தது. உடனே உள்டப்பியில் சென்று அதைப் பார்த்துவிட்டாயா என்று கேட்க நெஞ்சம் பதைபதைப்பதைப் பார்த்தபோதுதான் ஆசான் மீதான அபிமானத்தை அவன்மீது கொண்ட அக்கறை எப்போதோ தோற்கடித்துவிட்டது என்பது அவளுக்கே பிடிபட்டது.

‘The Page is temporarily unavailable’ என்று காட்டியது.

ஐ.பியை கண்டுபிடித்து சைபர் செல் அதற்குள் முடக்கிவிட்டதா... அல்லது தானே முன்னெச்சரிக்கையாக பக்கத்தை டெலிட் செய்துவிட்டானா என்று தெரிந்துகொள்ள முடியுமா என்று யோசிக்கையில்...இது எதை நோக்கிச் சென்றுகொண்டிருக்கிறது என்பதைப் பற்றி எந்தவொரு குற்ற உணர்வும் அவளுக்கு இல்லை.

தானே அந்த வாட்ஸப் எண்ணுக்கு அழைத்தாள்...

9 - The Prayer

ஜூன் 28, 2020 – உலகம் முழுவதும் ஒருகோடிபேர் கொரோனா தொற்றால் பாத்திக்கப்பட்டிருப்பதாகப் பதிவாகியிருந்தது. இறந்தவர்கள் எண்ணிக்கை மட்டும் 5,00,000ஐ தாண்டியிருந்தது. *(Scroll)*

கடந்த 100 ஆண்டுகளில் முதல்முறையாக உள்நாட்டில் உள்ளவர்கள் ஹஜ் யாத்திரைக்கு செல்லக்கூடியவர்களின் எண்ணிக்கை 1000 என்று வரையறுக்கப்பட்டது. **(Flash)**

மந்தைவீரனை வேண்டி நிற்கையில் 1000 கோயில் மணிகள் ஒன்றாக ஒலித்ததுபோல் கண்விழித்தான். கேமிராவைக் கீழிறக்கி ஒரு புன்சிரிப்புடன் அவள் அவனை ஏறிட்டாள்.

கொஞ்சம் வலப்பக்கம் நகரும்படி சைகை காட்டினாள்... சுற்றும்முற்றும் பார்த்தான்... 'வேற யாரும் நம்ம அளவுக்கு பக்தியா கும்பிடலபோல' என்று நினைத்துக்கொண்டு நகர்ந்தான்.

நன்றாகத் தலையைக் குனிந்து கையை உயர்த்தி கூப்பச்சொல்லி சைகை காட்டினாள். தன் பங்கிற்கு கூடுதலாக புருவத்தை நெருக்கி கும்பிட்டான். தத்ரூபமாக அவள் படமெடுக்கும் காட்சி அமைய வேண்டும் என்று அவளுக்கும் சேர்த்து பிரார்த்தித்தான்.

பங்குனி மாதம் மேலூர் கோயிலில் மணிகட்டி நேர்த்திக்கடன் செலுத்தும் விசேஷ வழிபாட்டைப் பற்றி அவள் எழுதிய கட்டுரை அந்த வாரம் பத்திரிகையில் தன் படத்துடன் வெளியானதைப் பார்த்ததும் பிரார்த்தனையின் பெயரில் தான் செய்த பரிந்துரை பலித்துவிட்டதைத் தெரிந்துகொண்டான். நன்றி சொல்ல வழிதெரியாமல் தவித்தவனுக்கு சித்திரைத் திருவிழாவரை மதுரை சுற்றுவட்டாரத்தில் பல கோயில்களில் அவளைக் கேமிரா சகிதம் தரிசிக்கும் வாய்ப்பு கிடைத்தது. அப்போது அவள் மாணவ பத்திரிகையாளர். தன்னைப் போலவே சினிமா கனவுகளைச் சுமந்துகொண்டிருப்பவள். ஆட்டரைத்தான் அவளும் மானசீக

ஆசானாக நினைக்கிறாள் என்று தெரிந்ததும் தன்னுடைய தனிப்பட்ட வேண்டுதலையும் துரிதமாக நிறைவேற்றியதற்காக பெரிய மணி ஒன்றை வாங்கி 1001வதாக மந்தை வீரன் சன்னதியில் கட்டினான்.

அழகர் ஆற்றில் இறங்குவதை ஆவணப்படுத்த வந்தவள் எதேச்சையாக திரியெடுத்து ஆடிய தன் அப்பாவையும் அவர் யார் என்று தெரியாமல் பேட்டி கண்டாள்.

"எத்தனை வருடமாக இந்த வேடமிட்டு சாமி கும்பிடுகிறீர்கள்.?"

"இது பரம்பரையாக வந்த வழக்கம்மா...?"

"சொந்த நேர்த்திக்கடனா இல்லை கட்டளை எதுவும் இருக்கிறதா...?"

"விரதம் இருப்பது உண்டா...?"

"முத்திரை வாங்கியிருக்கீங்களா...?"

"இப்படி ஆடை அணிவதன் அர்த்தம் என்ன?" என்று வரிசையாக ஓர் ஆய்வாளரைப் போல் கேள்வி கேட்டு அவரளித்த பதில்களைப் பதிவு செய்தவள், கடைசியாக தனிப்பட்ட முறையில் ஒரு கேள்வி கேட்க விரும்புவதாகச் சொன்னாள்.

'கேள்!' என்று உத்தரவு தரும்விதமாக அவரும் பக்திப்பரவசத்தில் ஆடிக்கொண்டே தலையசைத்தார்.

"அருள் வாக்கு சொல்றபோது உங்க மனநிலை என்னவா இருக்கும்... அதையே நீங்க அடுத்த நாள் சொன்னா மக்கள் ஏத்துப்பாங்கன்னு நினைக்குறீங்களா?"

ஈட்டிபோல நெஞ்சில் பாய்ந்த அந்தக் கேள்விக்கு பதில் தராமலவர் கண்களில் நீர்மல்க அப்படியே அவளைக்கடந்து ஆடிச் சென்றபோது... அவருடைய புறமுதுகில் அவள் அன்று வீசிய மற்றொரு கணை மண்டைக்குள் அசரீரிபோல் ஒலித்தது.

"நீங்க உண்மைன்னு நம்புற ஒரு விசயத்தை சொல்ல இந்த முகமூடி தேவைப்படுதா...?"

சடாரென்றுக் கண் விழித்தான். அதிகாலை மணி 3 இருக்கும். மேலூரை நெருங்கிக்கொண்டிருந்தது மணல் லாரி. சம்மணம் கூட்டி உட்கார்ந்திருந்த டிரைவர் ஒரு பெரிய கருங்கல்லை பெடல் மீது வைத்துவிட்டு பாக்கு போட்டுக்கொண்டார். தட்கலோ, பஸ்ஸோ டிக்கெட் கிடைக்காததால் மதுராந்தகம் டோலில் 200 ரூபாய்க்கு இந்த அவசர ஏற்பாடு. ஊர் எல்லையில் இறக்கி விடுவதாக ஒப்பந்தம். முன்பெல்லாம் ஒருவர் முகமூடி அணிந்திருந்தால் பேச பயமாக இருக்கும். இப்போது முகக்கவசம் அணியாத காரணத்தாலேயே ஒருவரிடம் பேசத் தவிர்க்கும் அளவிற்கு பொதுப்புத்தியில் பதிந்திருப்பதை நினைத்து வியந்தவன் எப்போது தூங்கிப்போனான் என்றே தெரியவில்லை.

'ஒரு வருடத்திற்கு முன்னால் நடந்ததை நினைவில் வைத்திருப்பாளா? அவள் அனோனிமாவான மாதிரி நான்தான் கட்டியங்காரன் என்பது தெரிந்தால் அப்பாவிடம் கேட்ட அதே கேள்வியை என்னிடமும் கேட்பாளா...?'

"உன்னுடைய படைப்பின் மீதும், சிந்தனை மீதும் உனக்கு நம்பிக்கை இல்லாததால்தான் ஆட்டரின் முகமுடி உனக்குத் தேவைப்பட்டதா?"

அவளாகக் கண்டுபிடிக்கும்முன் சரியான சந்தர்ப்பம் பார்த்து உண்மை முகத்தைக் காட்டிவிட வேண்டும் என்று நினைத்துதான் co–admin ஆக இருக்கும்படி அழைப்பு விடுத்தான். தான் யார் என்று நினைவிருந்தும் அதை அவள் ஆட்சேபிக்கவில்லையென்றால் தன்னை இணையாக அவள் ஏற்றுக்கொண்டாள் என்பதற்கான அச்சாரமாகவே அதைக் கருதினான். ஆனால் அவளோ,

"ஆசானே! நான் எப்போதுமே உங்கள் பரம விசிறி" என்று admin ஆவதைத் தவிர்த்து top–fan ஆக விளையாட்டை நீட்டிக்கவே விரும்புகிறாள் என்கையில் மீண்டும் தான் யார் என்பதை வெளிக்காட்டும் ஆர்வத்தை அடக்கிக்கொண்டான்.

ஆட்டரின் இந்த அரசியல் நிலைப்பாடு அவனுக்குப் பெரிய ஆச்சரியமாக இல்லை. ஆனால் குறைந்தபட்சம் வேறுவிதமான எதிர்வினையை எதிர்பார்த்தான்.

‘ஒன்று நான் கோடிட்டுக் காட்டிய சாத்தியங்களைப் பற்றிய அவரது பார்வையை வெளியிட்டிருக்க வேண்டும் அல்லது என்னுடைய அரசியல் புரிதலில் இருக்கும் போதாமையை அவர் விமர்சித்திருக்கலாம்...’

‘இது இரண்டும் இல்லாமல் பெருந்தன்மையானவரைப்போல் பகுமானமாகப் பேட்டியளித்துவிட்டு கட்சிக்காரர்களையும் காவல் துறையையும் என்மேல் ஏவிவிடுவார் என்று ஊகிக்கவில்லை...’

சேட் பாட் மூலம் சிமுலேட்டரைப் பயன்படுத்தி அவளிடம் பேசியதை நம்பி அதற்குப்பின் அனோனி அவனை சந்தேகிக்க முற்படவோ, சோதிக்கவோ இல்லை. மூட நம்பிக்கைகளுக்கு அப்பாற்பட்டவள் அவள். இந்நேரம் தன்னைத் தொடர்புகொள்ள அவள் முயற்சித்திருப்பாள். ஃபயர்வால், விபின் எல்லாவற்றையும் தாண்டி சைபர் செல் தன்னைக் கண்டுபிடிக்க இன்னும் ஓரிரு நாள் ஆகலாம். அதற்குமுன் அவளிடம் ஒருமுறை பேசிவிடலாமா என்று யோசித்தான். வாட்சப்பில் அவளது எண்ணை அழைக்க முற்பட்டபோது டிபியில் அவளது படம் காட்டியது.

‘நேற்றுவரை என்னுடைய எண்ணை அவள் பதியவில்லை. நேற்றிரவு சேமித்திருக்கிறாள் என்றால்?-இருவருக்கும் பொதுவான யாரிடமோ அவள் பேசிவிட்டாள் என்றுதானே அர்த்தம்! அது யாராக இருக்கும்? ஒருவேளை நங்கை ஏதும் உளறி...?’ அவளுடைய எண்ணுக்கு அழைக்க முற்பட்டான்.

10 - The Conflict

ஜூலை 5, 2020– உலக சுகாதார நிறுவனம் கொரோனா சிகிச்சையில் Hydroxychloroquinine பெரிய அளவில் பலனளிக்காததால் அதை உபயோகிப்பதைக் கைவிடுவதாக அறிவித்தது. *(Scroll)*

மதுக்கடை உபயத்தில் இந்தியக் குடிமக்களின் ஏகோபித்த ஆதரவுடன் 7 லட்சம் தொற்றுகள் பதிவானதால் இந்தியா ரஷ்யாவை பின்னுக்குத்தள்ளி 3வது இடத்திற்கு முன்னேறியது. சீனாவும் அமெரிக்காவும் தொடர்ந்து முன்னிலை. **(Flash)**

வண்டி தோப்பூரைக் கடக்கையில் லாரி ஓட்டுநர் கல்லைத் தூக்கி வெளியில் வீசியதும் அவனது நினைவு கலைந்தது. அவர் பாக்கு எச்சிலைத் துப்பிவிட்டு பேச ஆரம்பித்தார்.

“இன்னா சார் பாக்குற...ஏதோ அணில் மாதிரி என்னாலான உதவி...இந்தப் பக்கம் போகும்போது வரும்போதெல்லாம் ஒரு கல்லை இங்கே போடுவேன்... ஒருநாள் இங்க எயிம்ஸ் மருத்துவமனை கட்டும்போது பயன்படும்ல...வரலாறு நம்ம பத்தியும் பேசும்”

“நீங்க எந்த ஊருண்ணா”

“சொந்தக்காரங்க நிறையபேர் போன வருஷம் திரும்பி பீகார் போயிட்டாங்க சார்...அப்பா இங்கயே சின்ன வயசுலயே கூர்க்கா வேலைக்கு வந்தார்...இங்கயே பொறந்து வளர்ந்ததால நான் தமிழ்தான்... நல்லா வாசிப்பேன்...ஹிந்தி பேச மட்டும்தான் தெரியும்”

“இவ்ளோ நல்லா தமிழ் பேசுறீங்களே... நீங்க சொன்னாதான் தெரியும் சொந்த ஊர் பீகார்னு... இல்லன்னா யாரும் கண்டுபிடிக்க முடியாது...தமுக்கம் போற வழில நான் எறங்கிக்கிறேன்ணா... இந்தாங்க 200 ரூ”

இறங்கி வீட்டை நோக்கி நடக்கையில் எதுவும் சொல்லாமல் கொள்ளாமல் இப்படி திடீரென்று விடிந்தும் விடியாமல் வீட்டு வாசலில் போய் நின்றால் என்னமோ ஏதோ என்று பதறிவிடுவார்களோ என்று வருத்தமாக இருந்தது. நண்பர்கள் யாரையாவது வரவழைக்கலாம் என்று பார்த்தால் இதுகுறித்து அவர்களிடம் பேச முடியுமா என்று நிச்சயமாகத் தெரியவில்லை... சரி எங்காவது போய் ஒரு குளத்தங்கரையில் உட்கார்ந்துவிட்டிருந்து இன்னும் நன்றாக விடிந்ததும் சாவகாசமாகப் போகலாம் என்று நடக்கத் தொடங்கினான். மனச்சிலந்தியின் நெசவுகளைக் கொஞ்ச நேரம் கவனித்துக்கொண்டே...

லாரி ஓட்டுநரின் எதார்த்தமான பேச்சில் உண்மை இருந்தது. வடமாநிலங்களில் பல இடங்களில் 'எயிம்ஸ் செங்கல்' குறியீடு வைரலாகி மாணவர்கள் வீடு வீடாகப் போய் செங்கல் நன்கொடைகள் வாங்க ஆரம்பித்திருந்தனர். மேடைப் பேச்சுகளும் திரை வசனங்களும் அனல் பறக்கும் பரப்புரைகளையெல்லாம் தாண்டி இந்த புதுவித ஊடகத்தின் வீச்சு எளிய மக்களைச் சென்றடையும் மிகப்பெரிய சாதனம். லால்குடியில் எயிம்ஸ் ப்ரிக்ஸ் என்ற பெயரில் செங்கல் சூளையே ஆரம்பித்துவிட்டார்கள். ஆக நான் தேர்ந்தெடுத்த கருவி கச்சிதமானது...இலக்குதான் தவறு. மேட்டுக்குடிக்கும் மேதாவிகளுக்காகவும் பதிவுகள் போட்டதுதான் இந்த கட்டத்திற்கு தள்ளப்பட்டிருக்கக் காரணம்... இனி பாமரனுக்காக சிந்திக்க வேண்டும்...அவர்களிடம் தந்திரம்... சந்தர்ப்பவாதம் எல்லாம் இல்லை... இழப்பதற்கு ஏதுமில்லை என்பதால் பளீரென்று முடிவெடுத்துவிடுகிறார்கள். அதைத்தான் தனக்கு சாதகமாகப் பயன்படுத்தி சிலர் அவர்களது உரிமைகளை அடகும் வைக்கிறார்கள். எந்தவொரு முகமூடியும் இல்லாமல் இதே பகடியை அவர்களுக்குப் போய் சேரும் விதத்தில் இதே களத்தில் இறங்கிச் செய்வது என்ற தீர்மானத்திற்கு வந்தான்.

'நாடகம் விடும் நேரம்தான் உச்ச காட்சி நடக்குதம்மா!'

'வேஷம் கலைக்கவும் ஓய்வு எடுக்கவும் வேளை நெருங்குதம்மா!'

டீக்கடை ரேடியோ ஒலியோடு சேர்ந்து கிழக்கு கோபுர நாகரா ஒலியும் சேர்ந்துகொண்டது. ராணி மங்கம்மாவாக

அவள் முகம் நினைவில் வந்துபோனது. கட்டியங்காரன் பக்கம் முடக்கப்பட்டதை வரவேற்றும் விமர்சித்தும் பலபேர் பதிவிட்டிருந்தாலும் ஆட்டரால் அரங்கேற்றப்பட்ட அக்கினிப் பிரவேசத்தை எதிர்த்து முதலில் சமூக வலைதளங்களில் அவள்தான் முழங்கினாள். கொரோனா பற்றிய தன்னுடைய பார்வையை ஆதரிக்கும் வகையில் தரவுகளுடன் ஒரு நீண்ட கட்டுரையைப் பதிவிட்டிருந்தாள். அதில்...

கிருமிகளுக்கும் மனிதர்களுக்கும் இடையிலான மல்யுத்தம் உலகம் தோன்றிய காலத்திலிருந்தேநடந்துகொண்டுதான் இருக்கிறது. அத்தி பூத்தாற்போல என்று நாம் நினைக்கும் அந்த நிகழ்வு ஒரு தலைமுறை இடைவெளிக்கு ஒருமுறை என்ற விகிதத்தில் அத்திவரதர் அருள்பாலிப்பதுபோல் அரங்கேறிக்கொண்டேதான் இருக்கிறது. இதன்பின் இருக்கும் நுண்ணரசியலைப் புரிந்துகொள்ளவேண்டுமென்றால் வைரஸ்களுக்கும் மற்ற நுண்ணுயிரிகளுக்கும் உள்ள அடிப்படை வித்தியாசத்தைப் புரிந்துகொள்ள வேண்டும். ஒட்டுண்ணிகள் அவை உயிர்வாழத் தேவையான சத்தை மட்டும்தான் எடுத்துக்கொள்ளும். வளரும்...இனப்பெருக்கம் செய்யும்... செத்து மடியும்... ஆனால் வைரஸ் ஓர் உயிரற்ற பல்லுருவி. என்றோ வாழ்ந்த ஒரு உயிரியின் மரபணு எச்சம். அது ஊன் வளர்க்க ஓர் உயிரை அண்டும். உள்ளிருந்து பல்கிப்பெருகி, நோய் உண்டாக்கி உடலிலிருந்து ஜீவனை மொத்தமும் உறிஞ்சினாலும் இன்னும் இன்னும் உயிர்களைக் காவு கேட்டுக்கொண்டேயிருக்கும் சுய நலத்தின் அடிப்படைக்கூறுதான் வைரஸ்.

எந்தவொரு வியாபார உத்தியும், சித்தாந்தமும், அரசியல் கொள்கையும், மத நம்பிக்கையும் பாக்டீரியாக்களைப்போல் அதன் பயனர்களுக்குப் பயன்படும் வினையூக்கிகளாக இருந்துவிட்டால் பெரிய ஆபத்தில்லை.

விளம்பரங்களை வைரலாக்கும் போக்கு சமூக ஊடகங்களில் மலிந்துகிடக்கிறது. பூவாது காய்க்கும் இந்திரலோகத்து இறக்குமதியாக நம்பப்படுவது அத்திப்பழம். அதை உலகின் எந்த மூலையில் இருப்பவருக்கும் வருடத்தின் எந்த

நேரத்திலும், எவ்வளவு வேண்டுமானாலும் கொண்டுசேர்க்கலாம் என்ற வியாபார உத்தியை சாத்தியப்படுத்த அதிக மகசூல் தேவைப்படுகிறது. இயற்கையை மீறி மனிதன் செயல்படுவதன் விளைவுதான் வரதரையே வடிக்கும் அத்திமரத்தைக்கூட வைரஸ்கள் விட்டு வைப்பதில்லை.

எண்ணை, இயந்திரம், இணையம் என்ற மூன்று இயல்களைக்கொண்ட முதல் அதிகாரமான உலகமயமாக்கலின் முடிவில் மக்களுக்கான சந்தை என்ற தன்மையை சந்தைக்கான மக்கள் என அரும்பாடுபட்டு மாற்றியிருக்கிறார்கள் பெருமுதலாளிகள். இரண்டாம் அதிகாரமான தாராளமயமாக்கலில் ஆண்டுக்கு ஒரு துறையை \ பொருளை \ சேவையை பணம் படைத்தவர்களுக்கானதாக மட்டும் அறிவிப்பது. ஐந்து ஆண்டுகளுக்குள் உலக உருண்டையில் உள்ள எல்லா மூளைக்குள்ளும் அதையே அத்தியாவசியம் என்று நம்ப வைப்பதே இலக்கு. இந்த ஆடுபுலி ஆட்டத்தின் காய் நகர்வில்தான் ஆட்சிகளும் அரசுகளும் அரங்கேறுகின்றன. இந்த கொரோனா காலம்தான் மூன்றாவது இறுதி அதிகாரம். அதன் வேர் எங்கிருக்கிறது என்று தேடிப்பார்த்தால்...

1979ல் அமெரிக்காவின் ஜார்ஜியா மாகாணத்தில் உலகின் பல பெரும் செல்வந்தர்களின் சார்பாக ஒரு நபர் பிரம்மாண்டமான நினைவுச்சின்னத்தை எழுப்பச்சொல்லி ஒரு பெரிய கட்டிடக்கலை நிறுவனத்தைப் பணித்தார். 'அமெரிக்காவின் தொங்குகற்கள்' என்று அழைக்கப்படும் அந்தக் கட்டிட சுவர்களில் வருங்காலத்தில் மனிதனிடமிருந்து இயற்கையை எப்படி பாதுகாக்க வேண்டும் என்பதைப்பற்றிய பத்து கட்டளைகளை 8 வெவ்வேறு மொழிகளில் பொறிக்கச் செய்கிறார்கள்.

அந்தக் கட்டளைகளின் சுருக்கம் இதுதான் "உலகத்தின் நுரையீரலில் புற்றுநோயை உண்டாக்கும் வைரஸாக மனிதன் மாறும்பொழுது ஒரு பெரிய பேரழிவு நிகழும். எஞ்சியிருக்கும் மனித இனம் எப்படித் தன்னைத் தகவமைத்துக்கொள்ள வேண்டும் என்று வழிகாட்டும் காலப்பெட்டகம் இங்கிருந்து வடக்கில் இருக்கும் வரைபட்டிகையின் (tablet) அடியில் புதைக்கப்பட்டிருக்கிறது.

அதன்பின் இப்போது இருப்பதைப்போல் பத்தில் ஒரு பங்காக உலக மக்கள்தொகையை வைத்திருக்க வேண்டும் (50 கோடி).

இனப்பெருக்கம் என்பது அடுத்த சந்ததியின் ஆரோக்கியத்தையும் தனித்துவத்தையும் மேம்படுத்துவதாக இருக்க வேண்டும். புதிதாகக் துளிர்க்கும் ஒற்றை மொழியின் நேயத்தில் எல்லோரையும் திரட்டுங்கள். தனிப்பட்ட நம்பிக்கைகள், பாரம்பரியம், விருப்பு, வெறுப்புக்கெல்லாம் உள்ளாகாத ஆட்சி அமைதல் வேண்டும். தனி ஒருவனின் உரிமையும் அவனது சமுதாயக் கடமையும் தராசு முள்ளை சமநிலையில் நிற்க வைக்க வேண்டும். உலக மக்களைப் பாதுகாக்க பொதுவான சட்டங்கள் இயற்றப்பட வேண்டும். பிரச்சனை இரண்டு தேசங்களுக்குள் எழுமானால் அவற்றை உலக மன்றத்தில் தீர்க்கப்பட வேண்டும். அற்ப விதிகளையும் வீண் அதிகாரத்தையும் அப்புறப்படுத்துங்கள். எவையெல்லாம் அன்பின், உண்மையின், அழகின் வெளிப்பாடாக பரிணமிக்கின்றனவோ அவற்றிற்கான வெகுமதியை உடனுக்குடன் தருவதன் மூலம் போட்டிகளற்ற, பொறாமைகளற்ற, பேராசையின் சுவடே தெரியாத சந்ததியை உருவாக்கலாம்...

அந்தப் பேரழிவு எப்போது நடக்கும் என்பதைக் காட்டும் திசைகாட்டியாக, கடிகாரமாக, நாள்காட்டியாக இந்த நட்சத்திர வடிவக் கட்டிடம் விளங்கும். அது அரங்கேறிய பின் இந்தக் கட்டிடத்திலிருந்து வடக்கில் அமைந்திருக்கும் வரைபட்டிகையின் அடியில் இருக்கும் காலப்பெட்டகத்தை தோண்டியெடுத்து மானுடம் பயனுற வேண்டும்.

“பகுத்தறிவுக் காலம்” என்று அது அழைக்கப்படும்!

இப்படி ஒரு சின்னத்தை எழுப்பும் யோசனை யாரோ ஒருவருக்கு திடீரென்று வந்ததல்ல. ஏறக்குறைய உலகப்போர்களுக்கு முந்தைய காலத்திலிருந்து தாமஸ் பெயின் போன்றவர்கள் இதற்கு முன்னோடியான தத்துவங்களை புத்தகங்களாகப் பதிவு செய்கிறார்கள். அயன் ராண்டின் ‘Fountain head’, ‘Atlas Shrugged’நாவல்கள் மூலம் அவரது மெய்யியல் கோட்பாடுகள் 1980களில் பெரிய இயக்கமாக மாறுகின்றன. அரசாங்கங்களின் ஒடுக்குமுறைப் போக்குகளை

எதிர்க்கும் விதம் சுரண்டல்வாதிகளை ஸ்தம்பிக்கவைக்கும்படி பிரதான உற்பத்தியாளர்கள் வேலை நிறுத்தம் செய்வதுதான் Atlas Shrugged–ன் கதைக்களம். கதையின் முடிவில் உழைக்கும் வர்க்கத்திற்கும் அரசு அதிகாரங்களுக்கும் இடைத்தரகர்களே இல்லாது புதுவித சந்தையை உருவாக்குகிறது. உலக நாடுகளின் முதலாளித்துவப் போக்குகளை அதே மெய்யியல் கோட்பாடுகள் வழிநடத்துகின்றன. ஈ–காமர்ஸ். 2008ல் ராபின் டி ருயிட்டர் என்ற ஒரு பரங்கிய எழுத்தாளர் Corona Crisis என்று ஒரு நாவலை வெளியிடுகிறார். அதில் Global Lockdown என்ற பதத்தை முதன்முதலில் உபயோகிக்கிறார். சர்வாதிகாரிகள் கையில் எடுக்கக்கூடிய பிரமாஸ்திரமாக அதைக் குறிப்பிடுகிறார்.

2010 ஆம் ஆண்டு ராக்ஃபெல்லர் அறக்கட்டளை வருங்கால சர்வாதிகாரிகளுக்கான கையேட்டினை வெளியிடுகிறது. அதன்படி “எப்போதெல்லாம் உழைக்கும் வர்க்கம் ஆளும் வர்க்கத்தை எதிர்த்து ஒன்று திரள்கிறதோ அப்போதெல்லாம் இரும்புக்கரம்கொண்டு அவர்களை ஒடுக்க வேண்டும். தொட்டதற்கெல்லாம் போராட்டம் என்று இனி யாரும் யோசிக்கவே கூடாது. தொழிலாளி தன்னுடைய தனிமனித சுதந்திரத்தை தானாக முன்வந்து அடகுவைத்துவிட்டால் விபரீத முடிவுகளிலிருந்து சுற்றத்தையும் நட்பையும் பாதுகாக்கலாம் என்று உளமார நம்ப வேண்டும். தேவைப்பட்டால் உதவிக்கு இராணுவத்தை அனுப்பும்படி முதலாளிகள் அரசாங்கங்களுக்கு கட்டளையிடலாம். தடுப்பூசி போட்டுக்கொண்ட ஒவ்வொருவருக்கும் எண்முறை அடையாள அட்டைகள் வழங்கப்பட வேண்டும். அதை வைத்து யார் எங்கு போக வேண்டும், எப்போது எங்கு ஒன்றுகூடலாம் என்பதையெல்லாம் நாம்தான் வரையறுக்க வேண்டும்.”

ஆந்தராக்ஸ், எபோலா, சார்ஸ், சிக்கா பன்றிக்காய்ச்சல் வரிசையில் தொலைக்காட்சி நிகழ்ச்சிகளிலும் திரைப்படங்களிலும் ஓர் உலகளாவிய பெருந்தொற்றைப் பற்றிய குறிப்பு 2011ல் தொடங்கி பரவலாகி வருகிறது. Contagion, Dead plague போன்ற படங்களில் hydroxychloroquinineஐ கொரோனா சிகிச்சைக்கு

உபயோகிப்பதுபோல் காட்சிகள் எல்லாம் இருக்கின்றன. 2012 லண்டனிலிருந்து நேரலையான கோடைகால ஒலிம்பிக்ஸ் போட்டியின் தொடக்க விழாவில் கொரோனா பெருந்தொற்று ஒரு நாடகமாக அரங்கேறியது. 2013 ஒரு பாப் இசைப்பாடகர் PANDEMIC என்ற தலைப்பிட்டு பாடல் ஒன்றை வெளியிடுகிறார். 2014ல் ஹேரி வோக்ஸ் என்ற ஊடகவியலாளர் அதிகாரவர்க்கம் ஏறக்குறைய ஒரு பெருந்தொற்றை கட்டவிழ்பதற்கான செயல் வடிவத்தை எட்டிவிட்டார்கள் என்று எச்சரிக்கிறார்.

அதே வருடம் அந்தோனி பாட்ச் என்ற பத்திரிகையாளர் இன்னும் ஒருபடி மேலே போய் தடுப்பூசிகள் உதவியுடன் மனிதனின் மரபணுவை மாற்றி ஒரு கலப்பினத்தை உருவாக்கலாம் என்று எழுதுகிறார். சேப்பியன்ஸை அடுத்து யுவல் நோவா ஹராரி ஹோமோ டுவோ என்ற நாளைய மனிதனைப்பற்றிய புத்தகத்தை 2015ல் வெளியிடுகிறார். எப்படி மனிதன் எந்திரகதியில் இயங்கக்கூடிய கலப்பினமாக மாறப்போகிறான் என்று அவர் விளக்குகிறார். அதே வருடம் COVID 19 பரிசோதனை முறைகளுக்கான காப்புரிமை ரோத்சைல்ட் குடும்பத்தின் பெயரில் டச்சு அரசாங்க உதவியுடன் பதிவாகிறது. அமெரிக்க ஜனாதிபதியின் தலைமை மருத்துவ ஆலோசகரான அந்தோனி ஃபௌசி வூஹானில் உள்ள ஒரு பரிசோதனை மையத்திற்கு வைரஸ்களை ஆயுதமாக்குவதைக் குறித்த ஆய்வுகளுக்காக 4 மில்லியன் டாலர் நன்கொடையாக வழங்குகிறார்.

2017–18ல் COVID 19 குறியீட்டுடன் கோடிக்கணக்கில் கொரோனோ பரிசோதனை சாதனங்கள் உலகெங்கும் விநியோகிக்கப்படுகின்றன. மார்ச் 2025 வரை உற்பத்திக்கான ஏற்பாடுகள் ஆயத்த நிலையில் இருக்கின்றன.

2018ல் ஒரு கருத்தரங்கில் பில் கேட்ஸ் இன்னும் பத்து ஆண்டுகளில் கணினிகளைப் போல் மனிதர்களுக்கும் antivirus பாதுகாப்பு தேவைப்படும் என்று சர்ச்சைக்குரிய தலைப்பில் பேசுகிறார். DEC 31, 2019 – மீன் சந்தை, வூஹான் மாகாணம், தென் சீனா ஒரே நாளில் 40ற்கும் மேற்பட்டவர்கள் பெயர் தெரியாத புதுவகை நோய் தொற்றால் பாதிப்பு. வவ்வாலிலிருந்தும் பன்றி

இறைச்சியிலிருந்தும் புறப்பட்டதாக முதலில் நம்பப்பட்ட வைரஸ் தயாரானது வூஹானின் சுரங்க Bio Safety labலிருந்து. மனிதனின் நடமாட்டத்தை அடிப்படையாகக் கொண்டு Cryptocurrency தயாரிக்கும் தொழில்நுட்பத்திற்கு பில் கேட்ஸ் உரிமம் வாங்குகிறார் (WO2020–060606).

'பறவையைக் கண்டான் விமானம் படைத்தான்' அமெரிக்காவின் ரைட் சகோதரர்கள்தான் விமானத்தைக் கண்டுபிடித்தார்கள் என்று இன்றும் ரைட் சகோதரர்களின் புகழைப் பாடுகிறோம். ஆனால் அமெரிக்கா என்ற நாட்டைக் கொலம்பஸ் கண்டுபிடிப்பதற்கு முன்னறே லியானார்டோ டாவின்ஸி பறவையியலின் அடிப்படைகளைப் படித்து வவ்வால் மனிதனுக்கான (batman)மாதிரி வரைபடங்களைப் பதிவு செய்திருக்கிறார்(Ornithopter). டாவின்சிக்கும் ரைட் சகோதரர்களுக்கும் இடையில் எத்தனையோ பேர் பறக்க முயன்றிருக்கிறார்கள். விடுபட்ட கண்ணிகளை வெற்றி / தோல்வி என்று வகைபிரிக்கும் விளைவுகளை மட்டுமே பார்க்காமல் ஒரு சிந்தனை மரபின் தொடர்ச்சியாகப் பார்த்தால் டாவின்ஸியிடமிருந்துதான் விமானம் உருவானது என்பது நமக்குப் புரியும். அதேபோல்தான் இந்தத் தொற்று– தடுப்பூசி சங்கிலியின் ஆரம்ப\முடிவுக் கண்ணிகளாக நம் கண்முன் தெரிவது தாமஸ் பெயினும் பில் கேட்ஸும்தான். ஒரு தலைமுறை இடைவெளி போதும் நம் தலையெழுத்தை மாற்ற !.

இப்படியாக முடிந்தது அந்தப் பதிவு. நான் யார் என்பதைக் கண்டுபிடித்தது மட்டுமல்ல. என்னை அவளும் காதலிக்கிறாள் என்பதைச் சொல்லாமல் சொல்லியிருக்கிறாள். ஒரே ஒரு பதிவின் மூலம் ஒட்டுமொத்த ஊடக வெளிச்சத்தையும் தன்பக்கம் திருப்பியிருக்கிறாள். நிச்சயம் இது அடுத்து என்ன செய்யலாம் என்று யோசிக்கப் போதுமான நேரத்தைக் கொடுக்கும். கட்டியங்காரனாகச் செயல்பட்டது அவளில்லை என்று தெரிந்த மாத்திரத்தில் மீண்டும் தேடுதல் வேட்டை தொடங்கும். அதற்கு முன்னால் அவளுக்கு வெளிப்படையாக நன்றி சொல்லவோ, அன்பை வெளிப்படுத்தவோ முடியாது தவித்தான்.

சங்ககாலத்தில் அத்தி மரத்தின் பெயர் அதவம். ஆற்றங்கரையில் இருந்த அதவ மரத்தின் பழம் ஒன்று விழுந்ததாம். ஆற்றுநீரில் வாழ்ந்த ஏழு நண்டுகள் அதனை ஏறி மிதித்தனவாம். தன்னுடன் இல்லாதபோது தன் காதலனைப் பற்றி அலர் தூற்றுவோர் நாக்கு ஏழு நண்டு மிதித்த ஓர் அத்திப்பழத்தைப் போலத் துன்புறட்டும் எனக் காதலி ஒருத்தி சாபம் இடுகிறாள்.

ஆற்றயல் எழுந்த வெண்கோட்டு அதவத்து

எழு குளிறு மிதித்த ஒருபழம் போலக்

குழைய கொடியோர் நாவே – குறுந்தொகை 24

அத்தியைப் போல் சித்த மருத்துவமும் தமிழன் உலகிற்குக் கொடுத்த கொடை. யுனானி, நாட்டுமருந்துக் கடைகளில் இன்றும் அத்தி கிடைக்கிறது. ஆனால் மறைவிலக்கு மறந்துபோனதால் பதப்படுத்தப்பட்ட சீமை அத்திப்பழங்களை மத்தியத் தரைகடல் நாடுகளிலிருந்து நாம் அதிக விலைகொடுத்து இறக்குமதி செய்துகொண்டிருக்கிறோம். 'உணவே மருந்து. அல்லோபதி திடீர் விருந்து.' க்ரோட்டன் செடிக்குக்கூட அதன் பிறப்பிடத்தில் மருத்துவ குணங்கள் உண்டு. தல மரங்கள் என்ற மறைகுறியோடு அதை ஆவணப்படுத்தியிருக்கிறோம். ஏழு நண்டுகள் ஏறி மிதித்தாலும், எத்தனை தொற்றுகளை ஏவினாலும் இயற்கையின் பிரம்மாண்டம் மனித சக்திக்கும் சிந்தனைக்கும் எட்டாது என்பதை பாமரனுக்குப் புரியும் வகையில் கொண்டு சேர்ப்பதுதான் தன் பணி. அதை பகிரங்கமாகவும் அதே சமயம் ஜனரஞ்சகமாகவும் மாட்டிக்கொள்ளாமல் செய்வதுதான் சவால். தயாரானான். வீட்டை நோக்கி நடக்கத் தொடங்கினான்.

11 -The Vibe

30 ஜூலை 2020 – *உப்பைத் தின்றவன் தண்ணீர் குடித்தாக வேண்டும்! (Scroll)*

இருதரப்பு பொருளாதார ஒப்பந்தங்களையெல்லாம் தாண்டி சீனாவின்மேல் மனித உரிமை மீறல் வழக்கு பதிய வேண்டும் என்று எழுபத்தைந்து சதவிகித அமெரிக்கர்கள் கருத்துக்கணிப்பில் பதில் அளித்தனர். **(Flash)**

கிரின் ஒரே பிரசவத்தில் 5 குட்டிகளை ஈன்றாள். சில நாட்களாகவே குட்டிகளுக்கு மட்டுமல்ல வீட்டிற்கும் அவள்தான் காவல். அவளுடைய கழுத்துப்பட்டையில் கட்டப்பட்டிருந்த சென்சார்கள் மூலம் வீட்டைச்சுற்றி இருக்கும் ஆள் நடமாட்டத்தை கண்காணிக்கும் பூனைப்படையாக அவளுக்கே தெரியாமல் அவள் செயல்பட்டுக் கொண்டிருந்தாள்.

"நாமும் கேட்ஸைப் போல் யோசித்து 'கேட் காயின்' (Cat Coin) என்று ஒரு புதிய க்ரிப்டோவை உருவாக்கலாமா?" என்று யோசித்தான். இனிவரும் நாட்களில் டார்க்வெப்பை உபயோகித்து செயல்பட அது உதவியாக இருக்கும் என்று தோன்றியது. பூனைக்கு மணி கட்ட விரும்பும் யாரும் உலகெங்கும் வாழும் பூனைகளுக்குக் கழுத்துப்பட்டைகளை கேட்காயின் உபயோகித்து வாங்கி அணிவிக்கலாம். 'ஆனால் பூனைகளின் நடமாட்டம் மூலம் கிடைக்கும் க்ரிப்டோ பணம் பூனைகளின் பராமரிப்பிற்கும் வாழ்வாதாரத்திற்கும் பயன்படும்படி செய்ய முடியுமா?' என்பதையும் சேர்த்தே அசைபோட ஆரம்பித்தான். கொரோனா வகைத் தொற்றுகள் நிச்சயம் விலங்கிலிருந்தும் மனிதனுக்குப் பரவக்கூடியவை என்ற கருத்தை ஏற்கனவே சார்ஸ்(SARS) காலத்தில் வலுவாக நிறுவிவிட்டார்கள். நிச்சயம் பன்னாட்டு மருந்து நிறுவனங்கள் இந்த வாய்ப்பை நழுவவிடாது. வீட்டு விலங்குகளுக்கான ஒரு ஸ்மார்ட் அடையாளப் பட்டையை அறிமுகப்படுத்தினால் சரியாக இருக்கும் என்று தோன்றியது.

தடுப்பூசி பயன்பாட்டிற்கு வராததால் தொற்றில் இறந்த பிரபலங்களின் மரணச் செய்திகள் மக்கள் மனதில் கொழுந்துவிட்டு எரியும் எச்சரிக்கையுணர்வு அணையாமல் பார்த்துக்கொண்டது. ஊரடங்கு, நாடடங்கு, வீடடங்கு எல்லாவற்றையும் இடைநிறுத்திவிட்டு தேர்தலில் களமாடிய பல முக்கிய அரசியல் பிரமுகர்கள் கொரோனாவுடன் கபடியாடிக்கொண்டிருந்தனர்.

"–80 டிகிரி குளிரில் பதப்படுத்தப்பட்டு, கப்பலேற்றப்படும் பொருளுக்குப் பெயர் தடுப்பூசி கிடையாது. அது ஓர் உயிருள்ள மரபணு கடத்தல். இந்தக் கபடநாடகத்திற்கு உடன்படாதீர்கள்" என்று பல மருத்துவர்களும் முன்களப் பணியாளர்களும் தடுப்பூசிக்கு எதிராக போர்க்குரல் எழுப்ப, உலகம் முழுவதும் சமூக ஊடகங்களில் அரசாங்கங்களை மக்கள் பலவிதமான கேள்விகளுக்கு உட்படுத்திக்கொண்டிருந்தார்கள். இந்தக் களேபரத்திலும் ஐபிஎல் போட்டிகள் திட்டமிட்டபடி துபாயில் செப்டம்பர் மாதம் நடக்கும் என்று பிசிசிஐ நம்பிக்கை தெரிவித்திருந்தது.

கொரோனா தொடர்பான உலகச் செய்திகளை கவனித்துக்கொண்டேயிருந்தாலும் படப்பிடிப்புத் தளத்தில் என்ன நடக்கிறது என்பதை நங்கையிடம் கேட்டுத் தெரிந்துகொண்டேயிருந்தான்.

உலகத்திற்குத்தான் அவள் அனோனிமா. உண்மையில் அவளும் ஒரு தேர்ந்த பத்திரிகைக்காரியல்லவா. எந்தத் தொடர்பையும் அவ்வளவு சீக்கிரம் முறித்துக்கொள்ள மாட்டாள். கோயில் சிலை, வில்லுப்பாட்டு என்று அவன் கொடுத்த துப்புகளை எல்லாம் சரியாகத் தொடர்புபடுத்தி அன்றைக்கே அவன் அம்மாவிடம் பேசியிருக்கிறாள். அம்மா திடீரென்று பெண் பார்க்கப் போகிறாள் என்றதுமே அவன் சுதாரித்திருக்க வேண்டும்.

"சும்மா சொல்லக்கூடாதுடா! ஜாடிக்கேத்த மூடியாதான் அமஞ்சிருக்கு" வந்த கையோடு அம்மா எல்லாவற்றையும் சொன்னபோதுதான். நிலைமையைப் பக்குவமாக எடுத்துச்சொல்லி அவன் வந்தால் அதற்குப்பின் நேரடியாகத் தொடர்புகொள்ள முடியாது. என்ன செய்ய

வேண்டும் என்றெல்லாம் விரிவாக எல்லா ஏற்பாடுகளையும் செய்துவிட்டுத்தான் அந்தப் பதிவை எழுதியிருக்கிறாள்.

படப்பிடிப்புத் தளத்தில் விசாரணைக்கு வந்தவர்கள் எல்லாவிதமான இடையூறுகளையும் கொடுத்திருக்கின்றனர். இன்னும் யூனியனில் அவர்களில் பலபேர் சேரவில்லை. அதுதான் அவர்களது பலமும் பலவீனமும். கட்டியங்காரனாக அவள் இருக்க முடியாது என்ற முடிவுக்கு வந்துவிட்டாலும் அனோனி வேவு வலையில் சிக்கிவிட்டாள் என்பதை நங்கை உறுதி செய்தாள். படக்குழுவை மீறி அவர்களால் அவளை ஒன்றும் செய்ய முடியவில்லை என்பதை அறிய அவனுக்கு சற்றே ஆசுவாசமாக இருந்தது.

ஆட்டரின் பேட்டிக்குப் பிறகு அவருடைய அவதானிப்புகளை அட்டைப்படத்துக்கு அட்டைப்படம் அலறவிட்டாலும் கட்டியங்காரன் பக்கம் முடக்கத்திற்கு பின் திரைமறைவில் நடந்தது என்ன என்று பொதுவெளியில் யாரும் அவரிடம் கேட்கவில்லை. மற்றபடி தேநீர் சந்திப்புகளில், உணவு இடைவெளிகளில், வாட்ஸப் குழுக்களில் அவன் பேசுபொருளாக மாறிப்போயிருந்தான். அவனுடைய பதிவில் எழுதியிருந்த பல தகவல்கள்...

கோவிட் பரிசோதனைக்குப் பயன்படும் அதே PCR தொழில் நுட்பம்தான் மரபணுக்களை தகவல் கிடங்குகளாக மாற்றும் முயற்சியின் முக்கியமான ஊடுவழி. 'DNA Tube', 'DoT (DNA of Things)', 'லூனா காயின்களை பண்டமாற்று முறையில் கொடுத்து மரபணுக்களை வாங்கும் முயற்சி' போன்றவைபலரின் சிந்தனையைத் தூண்டியிருந்தது.

ஒருநாளில் இன்று நாம் சராசரியாக 200 எம்.பி தகவலை ஏதோ ஒருவிதத்தில் பதிவிடுகிறோம். உலகத்தின் ஒட்டுமொத்த தகவல் சேமிப்பிற்கு நமக்குத் தேவைப்படும் மின்சாரம் மொத்த உற்பத்தியில் ஒரு சதவிகிதம். இன்னும் 10 ஆண்டுகளில் எல்லாம் க்ளவுட்மயமாகியபின் அது ஐந்து சதவிகிதமாக மாறக்கூடும். அன்று தகவல் சேமிப்பிற்கான சர்வர்களுக்கு மட்டும் நாம் ஒரு நாடையே ஒதுக்கவேண்டிவரும். மாற்றாக உலகத்தின் ஒட்டுமொத்த தகவல் கூறுகளையும் ஒரு கோப்பை DNAவுக்குள் மின்சார செலவே இல்லாமல் 100000 ஆண்டுகள் சேமிக்கலாம்

என்கிறது விஞ்ஞானம். அதை அடைவதற்கு கணினி\எண்கள் பற்றிய புரிதலைவிட மொழியின் ஆளுமையே அதிகம் உதவும் என்கிறது மெய்ஞானம்.

ஒரு கோப்பையிலே என் குடியிருப்பு
ஒரு கோலமயில் என் துணையிருப்பு
இசை பாடலிலே என் உயிர் துடிப்பு
நான் பார்ப்பதெல்லாம் அழகின் சிரிப்பு
..
மானிட இனத்தை ஆட்டி வைப்பேன் – அவர்
மாண்டு விட்டால் அதைப் பாடி வைப்பேன் – நான்
நிரந்தரமானவன் அழிவதில்லை – எந்த
நிலையிலும் எனக்கு மரணமில்லை

என்ற கவியரசரின் பாடல் வரிகளுடன் அவனது நீக்கப்பட்ட பதிவு முடிவுற்றிருந்தது. இணையத்திலிருந்து அது நீக்கப்பட்டாலும் அதன் கணையத்தில் எல்லா தகவலையும் செரிக்கும் நொதியங்கள் சுரக்கத் தொடங்கிவிட்டன. மனிதனின் மரபணுக்களை எண்களின் கோர்வையாகத் தொகுத்துவிட்டால் இனம், மொழி, நிலம் ஆகிய வரையறைக்கு உட்படாத நடமாடும் கணினிகளின் (Bioter) இயக்கத்தை டாரண்ட்போல் தமிழ் ராக்கர்போல் அவ்வப்போது முடக்க முடியும் என்று நம்பும் ஒரு கூட்டம் இருக்கிறது.

’ஆதிக்கச் சிந்தனையின்ஆணிவேரை ஆட்டம்கொள்ளச் செய்யும் குறியாக்கத்தை\ நச்சு முறிவை கடிகைகளாகப் பாடிச்சென்ற அடியவர்களின் ஆகுதிக்கு காலாவதி தேதியே கிடையாது.’ என்று அவன் பதிவில் குறிப்பிட்டிருந்தான்.

இதை இதேபோல் புரியாத பாஷையில் சொல்லிக்கொண்டு இருக்கும்வரை வெகுசனத்திற்குப் போய்ச் சேராது. சரியாக சுதந்திர தினத்தன்று எங்கு இருக்கிறான் என்பதற்கான தடமே இல்லாமல் பல்வேறு நேரமண்டலங்களில் நேரலையில் மக்களுடன் பேசி நம்முடைய பாரம்பரிய மருத்துவத்தைப் பற்றிய பூடகம் இல்லாத ஊடக உரையாடலைத் தொடங்கி வைக்கும் எல்லா ஏற்பாடுகளையும் செய்யும் தனிமனித இயக்கமாக அவள் செயல்பட்டுக் கொண்டிருந்தாள். அதற்குள் அவன் பூனைக்கு மணி கட்டியாக வேண்டும்!

12 - The Confrontation

ஆகஸ்ட் 14, 2020 – தடைசெய்யப்பட்ட பொருட்களை மருத்துவக் காரணங்களுக்காக சர்வதேச சந்தையில் கொள்முதல் செய்வதிலும் வினியோகிப்பதிலும் அரசாங்கங்கள் கூடுதல் கவனம் செலுத்த வேண்டும்.*(Scroll)*

உலக சுகாதார நிறுவனம் (WHO), சர்வதேச போதைப்பொருள் பாதுகாப்பு வாரியம் (INCB), ஐக்கிய நாடுகளின் போதைத் தடுப்பு மையம் (UNODC) ஆகிய மூன்று அமைப்புகளும் சேர்ந்து கொரோனா விழிப்புணர்வு அறைகூவலாக இந்தக் கருத்தை வெளியிட்டனர். **(Flash)**

காலை 7 மணி தொடங்கி செங்கோட்டையில் கொடியேற்றத்தின்பொழுது பிரதமர் பேசியதை எல்லாவிதமான பிரதான ஊடகங்களும் தொகுத்து வழங்கத் தொடங்கியிருந்தன. இதற்கிடையில் கட்டியங்காரன் பெயரில் பிரதமரின் உரையை ‘18ஆம் படி’ என்று கட்டியங்காரன் முத்திரை பதித்து வெளியான யூ–ட்யூப் விளம்பரம், செயலிகளிலும் சமூக வலைதளங்களிலும் அதிகம் பகிரப்பட்டு எல்லா செய்தி ஊடகங்களிலும் விவாதப் பொருளாகியிருந்தது. கட்டியங்காரன் என்பது வேறு யாரோ என்று பரவலாக ஒத்துக்கொண்டாலும் சிலர் இதை ஆட்டரோடும் சம்பந்தப்படுத்தி எழுதினர்.

மாதிரிக்கு சில...

“ஆட்டரோட ஆன்மிக அந்தரங்கம் நம்ம எல்லாருக்கும் தெரியும்...அவரை எதிர்த்து ஒரு நிலைப்பாடு எடுக்கணும்னா கட்டியங்காரன் சிறுதெய்வ வழிபாட்டுல நம்பிக்கையுள்ள ஒரு நபராத்தான் இருக்கணும். ஆண்டைகளின் அடிவருடிகளுக்கு இனி சாட்டையடிதான்...”

“கேரளாவ பூர்வீகமாகக் கொண்ட ஒரு தமிழ் ஆசாமிதான் இப்படி ஆன்டி இண்டியனாப் பேச முடியும்...”

“அட கதைப்படி பார்த்தா ஆடிப் பெருக்குலேர்ந்துதாங்க ஆசானோட புது சரித்திரப்படம் ஆரம்பிக்குது...அதைப் பத்தி ஏதாவது புதுத் தகவலா இருக்கும்”

“இவர் இறைமறுபாளர்னுதான் எனக்குத் தோனுது...ஏன்னா 18 அழிவுக்கான எண்... குருக்ஷேத்திரப் போர் 18 படைகளுக்கு நடுவே 18 நாள் நடந்ததா மஹாபாரதம் சொல்லுது”

“இவர் ஒரு மதவாதி...பகவத் கீதையில 18 அத்யாயம் இருக்கு... அதன் அடிப்படைலதான் 18ஆம் படின்னு சொல்றார்”

“இவர் ஒரு ப்ரிட்டிஷ் கைக்கூலி...மிஷனரிகளோட செல்வாக்க இங்க அதிகப்படுத்த நினைக்கிறார்...18 ஆம் நூற்றாண்டுலேர்ந்துதான் வணிக உறவைத்தாண்டி காலனிய அரசை நிறுவுச்சு...தவிர பண்டைய ரோம் வழக்கப்படி 18 இரத்த உறவுகளைக் குறிக்கும் ஒரு சங்கேத எண்...”

“ரூமியை அடிக்கடி மேற்கோள் காட்டிருக்கார்...அதனால் இவர் ஒரு இஸ்லாமியரா இருக்கக்கூடும்...சூஃபி பாதையைத் தேர்ந்தெடுக்கும் எவரும் 18 விதமான சேவைகளைக் கற்றுக்கொள்ள வேண்டும்...அதைத்தான் மறைமுகமா சொல்றாருங்கறது என்னோட அபிப்பிராயம்.”

“நம்ம ஆளுங்களோட கற்பனை சக்திக்கும் கான்ஸ்பிரஸிக்கும் எண்டே இல்ல... சீனால கூடதான் 18 ஒரு வளமைக் குறியீடு... அதுக்காக இவர் போதிதர்மர் வம்சாவளின்னு சொல்லிடலாமா... யூத சடங்குகள்ல நம்ம 16ம் பெற்று பெருவாழ்வு வாழ்கன்னு வாழ்த்துற மாதிரி எது செஞ்சாலும் 18 பெருக்கா வர்ற மாதிரி செய்வாங்க...அத வெச்சு இவர் ஒரு யூத உளவாளி...கலியுக ஹிட்லரப் பழிவாங்க நினைக்கிறார்னு அடிச்சு விடலாமா... சுத்த ஹம்பக்கா இருக்கு...உலகம் முழுக்க சுத்தி வாங்க...எல்லா விதமான மக்களோடையும் பழகுங்க...க்ரோ அப் கைஸ்...”

“எல்லாத்தையும் ஏன் ரிலிஜியஸாவே பார்க்கணும். இது பிரதமரின் உரைக்கு வந்த விமர்சனம். அதனால ஆட்டரை விட்டுடுங்க. கொஞ்சம் பொலிட்டிக்கலா பார்ப்போம். பெரும்பாலான நாடுகள்ல வாக்களிக்கவும், திருமணம்

செய்துகொள்ளவும், ஆயுத உரிமத்திற்கு விண்ணப்பிக்கவும் அடிப்படை வயது 18. அதனால எனக்கென்னவோ இது தேர்தல்\ வாக்குப் பதிவு பற்றியான பதிவுன்னு தோனுது. இத சொன்னா என்னையும் ஆக்டிவிஸ்டுன்னு brand பன்னிடுவீங்க...”

“ஆளாளுக்கு அவங்கவங்க பங்குக்கு பலவிதமா பேசி வீடியோ போட்டுட்டாங்க... As a person of math... நான் என்னோட theoryயவும் சொல்லிடறேன். 18 ஒரு abundant number. அப்படின்னா அதோட வகுப்பான்...அதாவது divisor எல்லாத்தையும் கூட்டினா 18ஐ விட ஜாஸ்தி... 1+2+3+6+9 = 21 வரும்... அத வெச்சுப் பார்த்தா 2018ல நடந்த ஒரு நிகழ்வோட 2021ல நடக்கப்போற ஏதோ ஒரு முக்கியமான ஒரு சம்பவத்த தொடர்புப்படுத்தி இவர் பிரதமர் உரையிலேர்ந்து lead எடுத்து predict பன்னப்போறார்.

அதையே science angleலேர்ந்து பார்த்தீங்கன்னா...18 periodic tableல Helium, Neon, Argon, Krypton போன்ற noble gasesஸோடது... கொரோனாவையும் climatic changeஐயும் தொடர்புபடுத்தி ஏற்கெனவே அவர் ஒரு கட்டுரை எழுதிதான் இது இவ்ளோ பெரிய issue ஆச்சு... அதோட தொடர்ச்சியா...clean energy... weapons for mass destruction இது சம்மந்தமா ஏதாச்சும் interesting ஆ சொல்ல வாய்ப்பு இருக்கு.

இந்த வீடியோ உங்களுக்கு புடிச்சிருந்தா like பண்ணுங்க, share பண்ணுங்க, bell iconஅ க்ளிக் பண்ணுங்க...”

“சினிமா பத்தி சுவாரஸ்யமா எழுதறவருன்னு தெரியுமே தவிர அவரோட professional background யாருக்கும் தெரியாது. அவர் ஒரு charted accountentஆ இருப்பாருங்கறது என்னோட guess. அடுத்த மாசம் compulsory audit வருது...GST impact on Industries worldover... இந்த topicல ஏதாச்சும் பேசினாருன்னா I would be really interested”

“நாட்டாம சொம்பத் தூக்கிட்டாரு...இனி பதினெட்டு பட்டியும் அவர் சொல்ற தீர்ப்புக்கு கட்டுப்பட்டே ஆகணும்...” மீம்கள் பட்டையைக் கிளப்பின.

இவ்வாறாக இந்திய நேரம் மாலை 6 மணிக்கு (18:00) கட்டியங்காரனின் நேரலை தொடங்கியது. முதன்முறை அவனது உண்மை முகத்தைப் பார்க்க 3 மில்லியன் மக்கள் தங்கள் டேட்டா பேக்குகளை செலவிட்டார்கள். இது காட்சி ஊடகங்களின் கண்களை உருத்தியது.

‘உலகமே ஒரு நாடக மேடை. நாமெல்லாம் அதில்நடிகர்கள்’ன்னு சொன்னான் ஷேக்ஸ்பியர். அவன் எழுதிய நாடகத்திலேயே எனக்கு ரொம்பப் புடிச்சது கிங் லியர் நாடகந்தான். ஏன்னா கோமாளிகளுக்குன்னு ஒரு தனிப்பட்ட சித்தாந்தமோ, சிந்தனையோ அதுவரை கிடையாது. மாறா இதுல வர்றவன் ஒரு தீர்க்கதரிசி. ராஜா லியரைப் பலமுறை எச்சரிக்கிறான். அவருடைய பெண்களைப் பற்றிய அனுமானம் எவ்வளவு கண்மூடித்தனமானது என்பதைப் பலமுறை சரியாகவே கணிக்கிறான். ஆனால் அவருடைய எல்லாப் பைத்தியக்காரத்தனத்திலும் உடன் இருக்கிறான். ‘இந்த உலகத்துல நடக்குற எல்லாமே அறிவார்ந்த செயல்னு நம்பறதவிடப் பெரிய பைத்தியக்காரத்தனம் வேற இல்ல’ன்னு அவன் சொன்ன வார்த்தைதான் முதல் பொறி. நம்மகிட்ட இருக்கும் கூத்து மரபுல கட்டியக்காரன் ஒரு கலகக்காரன். சந்தர்ப்பத்துக்கு ஏத்த மாதிரி கதாபாத்திரம் பக்கமும் நின்னு பேசும், உலக நடப்ப எடுத்துச் சொல்லும்போது பார்வையாளர் பக்கமும் நின்னு கதாபாத்திரங்களைக் கேள்வி கேட்கும். ஜோக்கர், கட்டியங்காரன் இது ரெண்டயும் கலந்தா ?

“வந்தனம் தந்தனமெல்லாம் பாடி நம்மல வச்சு என்னென்ன டெம்ப்ளேட்ல டிசைன் டிசைனா காமெடி பன்றாங்கங்கறத கொஞ்சம் சீரியஸா சொல்ற கட்டியக்காரன் 2.0வ உருவாக்குனா எப்படி இருக்கும்னு தோனுச்சு. அதுக்கு ஆட்டரோட முகமுடி பயன்பட்டுச்சு. அதுக்காக கிங் லியரோட கோமாளியா நான் இருக்க விரும்பல.

இதுதான் என் உண்மையான முகம். என்னை பலபேர் நேர்ல பார்த்திருப்பீங்க.. பழகிருப்பீங்க. என்னுடைய ஊர், பெயர், ஜாதகம் எல்லாத்தையும் தேடியெடுத்து என் சம்பந்தப்பட்டவங்களத்

தொந்தரவு செய்ய வேண்டாம். ஏன்னா இந்த கேரக்டராவே வாழ்ந்திடலாம்னு முடிவு பன்னிட்டுதான் இந்தக் காரியத்தில் இறங்கியிருக்கேன். என்னுடைய ஆதார் எண், வங்கிக் கணக்கு, தொலைபேசி எண் எதையும் நீங்க முடக்க மெனக்கெட வேண்டியிருக்காது. அதனால் ஆக்கப்பூர்வமான எதிர்வினை ஒன்றே என்னோட அடுத்தகட்ட நடவடிக்கைகளைத் தீர்மானிக்கும்ங்கறத தெளிவுபடுத்திடுறேன். யார் நேரத்தையும் வீணடிக்கக்கூடாது பாருங்க!

உங்க எல்லாரோட ஊகத்தையும் பார்த்தேன்...சத்தியமா நான் இவ்வளவெல்லாம் யோசிக்கலைங்க...ஆனா ஏதோ ஒருவிதத்துல நீங்க சொன்ன எல்லாத்தோடையும் சின்னச்சின்னதா தொடர்பு இருக்கத்தான் செய்யுது...

இந்த நேரத்துல உள்ளத உள்ளபடி சொல்ல ஒரு பிரபலத்தோட நிழலோ, பெரிய அமைப்போட பின்புலமோ தேவையில்லன்னு எனக்கு புரியவெச்ச சொந்தங்களுக்கு என்றைக்குமே நன்றி உள்ளவனா இருப்பேன். ஒரு சாமானியனோட வாழ்க்கை எப்படி அவங்களுக்கு நேரடித் தொடர்பே இல்லாத ஒரு முடிவோட சம்மந்தப்பட்டிருக்குன்னு என்னால முடிஞ்ச அளவுக்கு கோர்வையா சொல்லப் பார்க்கிறேன்.

ஒரு சினிமாக்காரனாகி, நாம் சொல்லும் கதைகள் மூலமா சமூகத்துல மாற்றத்தை ஏற்படுத்தணும்ங்கற எண்ணத்தோடதான் நானும் ஆட்டரை மானசீகமா பின்பற்றினேன். ஆனால் அவரே ஜனாதிபதிக்கான பரிந்துரைப் பட்டியலில் தன் பெயர் வந்தவுடனே இந்தனை நாள் அவருக்கு மக்கள் மத்தில இருந்த நன்மதிப்பு, நம்பிக்கை எல்லாத்தையும் அடகுவைக்கத் தயாராகிட்டாருங்கறப்போ நேரடியா களத்துல இறங்குறதுதான் சரின்னு பட்டுச்சு.”

“இந்த பூமி மனிதர்களுக்கானது மட்டுமில்லங்கறதத்தான் இந்த ஊரடங்குக் காலம் நமக்கு அழுத்தமா சொல்லியிருக்கு. பகுத்துண்டு பல்லுயிர் ஓம்புதல்னு ஐயன் வள்ளுவன் இரத்தினச் சுருக்கமாச் சொன்னதைத்தான் நான் கொஞ்சம் நீட்டி மொழக்கி சொல்லப்போறேன். விதைநெல்ல வித்து உரம் வாங்கும்

விவசாயியிலிருந்து தொழில்நுட்ப உதவியுடன் தனிமனிதனின் தகவலை பணயம் வைத்து தண்டலுக்குப் பணம் வாங்கும் அரசாங்கம்வரை புரையோடியிருக்கும் சூதுதான் நம் இனத்தையே பீடித்திருக்கும் மிகவும் ஆபத்தான நோய்க்கூறு.

Biodiversity lossன்னு இப்பப் பரவலாப் பேசுறோம். அதாவது அதிகம் இனப்பெருக்கம் செய்யாத அல்லது பருவநிலையில் வழக்கத்துக்கு மாறான சுற்றுச்சூழலுக்கு மாத்திக்க முடியாம இறந்துபோகும் உயிரினம் முழுசா அழிந்துபோகும்போது இயற்கையோட சமநிலை பாதிக்கப்படுது. அதுதான் புதுப்புது நோய்களை உறுவாக்குதுங்கறது. கொரோனாவும் இப்படித்தான் உருவாச்சுங்கறது மருத்துவ உலகம் முன்வைக்கும் வாதம்.

இந்தியா ப்ரேசிலைப்போல், ஆஸ்திரேலியாவைப்போல் ஒரு மழைக்காடு. ஆஃப்ரிக்காவைவிட ஏன் உலகத்திலேயே அதிகமான பழங்குடி மக்கட்தொகையைக் கொண்ட பிரதேசம் இது. இங்கு இருக்கும் ஒவ்வொரு புல், பூண்டு, பூச்சிக்கும் உலகளாவிய தட்ப நிலைக்கும் எக்கச்சக்க தொடர்புகள் இருக்கு.

இந்த பெருந்தொற்றையொட்டி ஏற்பட்ட பொருளாதாரப் பின்னடைவுகளையும் மக்கள்தொகையையும் காரணம்காட்டி கொஞ்ச நாளைக்கு முன்னாடி அவசர அவசரமா நம்ம அரசு புதிய சுற்றுச்சூழல் கோட்பாட்டை வரையறுத்தது. அது எப்பேற்பட்ட பின்விளைவுகளை ஏற்படுத்தும்னு தெரிஞ்சும் முன்னுக்குப்பின் முரணான முடிவுகளை ஏன் நம் அரசு எடுக்குதுங்கறதத்தான் நாம விவாதிக்கணும்.

பழைய காமிக் புத்தகங்களைப் படிச்சவங்களுக்கு ஞாபகம் இருக்கும். நகரம் ஒரு பெரிய பிரச்னையில் பற்றி எரிந்துகொண்டிருக்கும்...க்ளார்க் கெண்ட் யார் கண்ணிலும் படாமல் அவசர அவசரமாக தன் அலுவலகத்திலிருக்கும் ஒரு சுழலும் கதவை நோக்கி நகர்வார்...கண் இமைக்கும் நேரத்தில் சூப்பர்மேனாக வெளியே வருவார்...கிட்டத்தட்ட இதுதான் அமெரிக்க முதலாளித்துவத்தின் செயல் வடிவம்.

ஒரு பெரிய வியாபாரி\செல்வந்தர் ஒரு கட்சியோட ஜனாதிபதி வேட்பாளராவதும்.. ஒரு முன்னாள் ஜனாதிபதி இன்னோர் பெரிய பன்னாட்டு நிறுவனத்தோட பிரமுகராவதற்கும் ஏதுவான ஒரு சித்தாந்தமும் அதன் அடிப்படையில் அமையும் ஆட்சி, அதிகாரம் எல்லாம் சேர்ந்ததுதான் அந்த சுழலும் கதவுகள்(Revolving Door) உத்தி. இப்படி வியாபாரியா ஒருத்தர் இந்தப்பக்கத்திலேருந்து வெளிய போறதுக்கும் அந்தப்பக்கத்திலிருந்து அரசியல்வாதியா ஒரு முதலாளி உள்ள வர்றதுக்கும் இடைவெளி கச்சிதமா இருக்கும். ஆனா நம்ம ஊர்லதான் அரசியல் பாதி\ வியாபாரம் மீதின்னு ஒரு பிரமுகர் எல்லா நேரமும் அர்த்தநாரியா வலம் வர்றார்.

எல்லாத்தையும் மேல இருக்கவன் பார்த்துப்பான்னு நாம உண்டு நம்ம வேலை உண்டுன்னு போகப்போக மரபுரீதியா இருந்த மராமத்து வழக்கங்களையெல்லாம் நாம சுத்தமா மறந்துட்டோம்!

பிரதமரோட 74வது சுதந்திர தின உரையின் முக்கிய அம்சங்களை நீங்க எல்லாரும் படிச்சிருப்பீங்க. அதுல நம்ம விவாதத்திற்கு தொடர்பான விசயங்களை மட்டும் நான் அப்பப்போ தொட்டுக்காட்றேன்.

நாள் ஒன்றிற்கு 300 பரிசோதனைகள் மட்டுமே செய்ய முடியுங்கற நிலை மாறி இன்னிக்கு நம்மாள 7 லட்சம் பேரை பரிசோதிச்சு துல்லியமாக தொற்று தொடர்பான தகவலை வெளியிட முடியுது. இது தொழில்நுட்ப வசதியால்தான் சாத்தியம் ஆனது. நாம் இதை நினைத்து பெருமிதம் கொள்ள வேண்டும் என்று பிரதமர் புளகாங்கிதம் அடையிறாரு.

அதுவரைக்கும் சரிதான். தொடர்ச்சியாக இந்திய குடிமக்கள் எல்லோருக்கும் ஒரு Health ID வழங்கப்படும். அதில் ஒருவருடைய ஒட்டுமொத்த மருத்துவ வரலாறும் பதிவேற்றப்படும்னு சொல்லும்போதுதான் பகீர்ன்னு இருக்கு.

‘கூந்தல் இருக்கிறவன் கொண்டை முடியிறான்’ன்னு ஊர் பக்கம் சொல்லுவாங்க. அந்தக் கணக்கா தடுப்பூசி தயாரிக்கும் பிரயத்தனத்தில் உலகின் அதிக மக்கள்தொகை கொண்ட நாடெல்லாம் முழு வீச்சுல செயல்பாட்டில் இறங்க, பண

பலம் பொருந்திய நாடுகள் சிறப்புரிமை கோரி நின்னுக்கிட்டு இருக்காங்க. இவ்வளவு பணபலமும், செல்வாக்கும், தொழில் நுட்பத்தில் முன்னோடியாகவும் இருக்கற நாடுங்க ஏன் நம்மகிட்ட கையேந்தணும்? ரஷ்யா தான் முதல் தடுப்பூசியைத் தயாரித்துவிட்டதா ஏலம்விட ஆரம்பிச்சிடுச்சு. இந்தியாவில் மட்டும் 3 விதமான தடுப்பூசிகளுக்கான பரிசோதனை நிகழ்ந்து வர்றது உங்க எல்லாரும் தெரியும்தானே? இது எல்லாத்துமான உரிமம் பெறும் நிறுவனங்களுக்குப் பின்னாடி யார் இருக்காங்கன்னு பாருங்க...

இவ்வளவு நெருக்கடிலயும் 25000 கோடிக்கு வீட்டுக்கடன்கள், 1 லட்சம் கோடிக்கு விவசாயக்கடன்கள், 80 கோடி பேருக்கு இலவச மளிகைன்னு நாடோடிகள் படத்துல வர சசிக்குமார் மாதிரி நம்மள பஸ் ஏத்திவிட வந்த பங்காளி கணக்கா வசனம் பேசுறார் பிரதமர். மெயின் ரோட்டுக்குப் போனா பொழச்சிடலாம்ங்குற மாதிரி இது எல்லாமே ஏதோவொரு விதத்தில்ல எல்லோரையும் இணையம்வழியாக தேசியமயமான வங்கிகளோட கோத்து விடப் பாக்குது நடுவண் அரசுங்கறதுக்கான அறிகுறிதானே?

அட இதுகூட பரவாயில்லீங்க. இதவிட ஹைலைட்டா ஒன்னு சொன்னாரு. தொலைதொடர்பு வசதிகூட இல்லாதத் தீவுகளைக்கூட துளைத்து எடுத்து 1000 நாட்களுக்குள் இணையமயமாக்கப் போகிறோம்...6 லட்ச கிராமங்களில் கணினிமயமாக்கப்படும்...

மன்னார் வளைகுடா தொடங்கி இமயமலைவரைக்கும் இந்தியாவில் மொத்தம் 18 முக்கியமான பல்லுயிர் பிரதேசமா குறிக்கப்பட்டிருக்கு. அதில் சரிபாதி சர்வதேச முக்கியத்துவம் வாய்ந்தது. இந்த திட்டத்தையெல்லாம் நிறைவேத்துறதுக்குள்ள எவ்வளவு அத்துமீறல் நடக்குதுன்னு கூர்மையா கவனிங்க...

'இதுபோன்ற முன்னெடுப்புகள் வழியாகத்தான் ஒற்றை தேசிய அடையாளம், ஒற்றை கல்விக்கொள்கை, ஒற்றைவரி திட்டம் என்ற இலக்கை அடையப்போகிறோம்.' ஜி கொந்தளிக்கிறாரு. கேக்கவே எவ்வளவு அதிரடியா இருக்கு? ஏன் ஒற்றை ஜிஎஸ்டி இல்லை. பதில் சொல்லுவாரா?

'ஏக் பாரத் ஏக் ஸ்ரேஷ்தா' இணையதளத்தின் முகப்பு விளம்பரத்தில் தமிழ்மொழி மட்டும் புறக்கணிக்கப்பட்டுள்ளது. ஹிந்தி, ஆங்கிலம், தெலுங்கு உள்ளிட்ட 18 ஆட்சி மொழிகள் அந்த விளம்பரத்தில் இடம்பெற்றுள்ளன. இப்படி ரைட்ல இண்டிகேட்டர் போடுறீங்க...லெஃப்டுல கை போடுறீங்க... ஆனா நேரா நீங்க போறபடிதான் போறீங்க... நியாயமாரே!

'அந்நிய முதலீடு பதினெட்டு சதவிகிதமா உயர்ந்திருக்கிறத நினைச்சு நாமெல்லாம் பெருமிதப்படணுமாம். இது நம்மோட நன்னடத்தைக்கான அங்கீகாரம்ங்கறார். அப்படி யார்லாம் நம்மள appreciate பன்னிருக்காங்கன்னு தேடினா இதில் முக்கியமான பங்குவகிக்கும் 18 நாடுகளோட பட்டியலை RBI வெளியிட்டிருக்கு. சிங்கப்பூர் முதல் சுவிட்ஸர்லாந்துவரை நம்மைவிட இயற்கை வளம் குறைவான நாடுகள்தான் அந்த பட்டியலில் அதிகம்.

அவங்களோட வளங்களைப் பாதுகாக்குறதுல எவ்வளவு ஜாக்கிரதையா இருக்காங்க...பார்த்தீங்களா?

வளர்ந்த நாடுகள் வளர்கின்ற நாடுகளோட வளங்களை வேலைவாய்ப்பு கொடுக்குறேன் பேர்வழின்னு சுரண்டுறது ஒன்னும் புதுசில்ல. கவனிக்க வேண்டிய விசயம் என்னன்னா வழக்கம்போல இந்தமுறை தொழிற்சாலைகள்ல முதலீடு அதிகம் இல்ல.

100 வருஷத்துக்கு முன்னாடி அந்நிய முதலீட்டுல முதல் இடத்திலிருந்த சுரங்கங்கள், கட்டுமானம் தொடர்பான முதலீடெல்லாம் லாஸ்ட் பென்சுக்குப் போயிடுச்சு.

18 முக்கிய துறைகளில் அந்நிய முதலீடு இருக்கு. அதில் கணினி, போக்குவரத்து, உற்பத்தி, மின்சாரம், கல்வி, தகவல் தொடர்புதான் பிரதான இடம் வகிக்குது. இதுல நான் குறிப்பிட்ட எல்லா 18ஐயும் ஒன்னோட ஒன்னு தொடர்புப்படுத்திப் பார்தீங்கன்னா ஒரு விசயம் நல்லாப் புரியும்...100 வருடத்தில் உலக அளவில் தொழில்நுட்பம், தொழில், வியாபாரம் எல்லாத்துக்கும் அடிப்படையானது கல்வி...அதைவிட முக்கியமா மொழி...700 வெவ்வேறு இனக்குழுக்கள் கொண்ட ஒரு நாட்டில்

ஒற்றைமொழியை இணைப்புமொழி என்பதற்குப் பின்னால அரசியலையும் தாண்டிய வணிக நோக்கமும் இருக்கு...இது நாம ரொம்ப சூதானமா இருக்க வேண்டிய காலகட்டம்!

நம்மளோட வளங்களையும், மொழியையும் நாம் இறுகப் பற்றிக்கிட்டாலே நிச்சயம் நம்ம வல்லரசுக் கனவுகள் மெய்ப்படும். அழகரை அபகரிக்க வந்த 18 பூத கணங்களையும் எப்படி அவர் அரணா மாற்றினதா நம்புறோமோ அதே போலதான் இப்ப நாமளும் செயல்படணும். அதற்கான குறியீடுதான் 18ஆம் படி... ஜீவ சமாதி அடையப்போறேன்னு போஸ்டர் அடிச்சு ஒட்டாத குறையா கல்லா கட்டும் போலி சாமியார்களுக்கு இடையில் பதினெண் சித்தர்களைப் பத்தி நாம ஆழமா புரிஞ்சுக்க வேண்டிய அவசியம் முன்பு எப்பயும் விட அதிகமா இன்னைக்கு இருக்கு.

உலகில் வசிக்கும் எல்லா உயிரினங்களையும் எடை போட்டா நம்மை விட 3000 மடங்கு நுண்ணுயிரிகள் தான் இருக்குன்னு தெரிய வரும். வளர்ச்சி, புரட்சி என்று பேசிக்கிட்டு மற்ற ஜீவராசிங்களோட எடத்த ஊடுருவினோம்னா இயற்கையின் வசம் ஒரு டெலிட் பட்டன் இருக்கு. அதை அது ஒருதரம் அழுத்தினா போதும் டயனாஸர்களைப் போல் இருந்த இடம் தெரியாமல் போய்விடுவோம்.

புலம்பெயர்ந்த தொழிலாளர்கள் அதிகப்படியா 1800 கிமீ வரை நடந்தே வீடு போய் சேர்ந்திருக்காங்க.. அதப்பத்தி ஒரு வார்த்த கூட ஒரு நாட்டோட பிரதமர் சுதந்திர தினத்தன்னிக்கு பேசல... ஆயிரம் திட்டங்கள் இருக்கலாம்... அயல் நாட்டு முதலீடுகள் கிடைக்கலாம்... செயல்படுத்துவது எப்படி? உழைக்கும் வர்க்கத்துக்கிட்ட தான் இருக்கு வருங்காலத்துக்கான மூலப்பொருள்... ஆற்றல்... அதை எதுக்காகப் பயன்படுத்துறோம்னு அவங்களுக்குப் புரியணும்... காரணம் காரியம் அறிஞ்சு அவங்க செயல்பட ஆரம்பிச்சா ஒரு பட்டாம்பூச்சியின் சிறகடிப்பு போதும் எல்லாத்தையும் தொடங்கிவைக்க...

120 வது பிறந்த நாளைக் கொண்டாடும் வயோதிகர்ன்னு உலக செய்திகள்ல பார்த்திருப்பீங்க... அது அந்த ஒரு தனிநபர் பத்தின செய்தி இல்ல... அந்தக் குடும்பத்தப் பத்தினது... அவங்களோட

வாழ்க்கை முறை பத்தினது... சிக்கலான வாழ்க்கை முறை, குடும்ப உறவுகளால பலபேர் குறைந்த வயதில் உங்க குடும்பத்தில் யாரையாச்சும் இழந்திருக்கலாம்... கொஞ்சம் கவனமா இருந்திருந்தா இன்னொரு இருபது வருஷமாவது வாழ்ந்திருக்க வேண்டிய ஒரு நபரை கடைசி நொடிகளில் பார்க்கக்கூட முடியாமல் போனதை நெனச்சி நீங்கள் தூக்கம் இழந்திருக்கலாம்... சராசரி மனித ஆயுட் காலம் பற்றின பல கேள்விகள் உங்களுக்கு வரலாம்... அதையெல்லாம் கிளரும் வகையில் நான் பேச்சை நீட்டிக்க விரும்பல...

நான் முன்னே எழுதிய பதிவுக்கும்... இந்தக் காணொலிக்கும் உள்ள தொடர்ப பாருங்க... ட்விட்டர், இன்ஸ்டா, ஃபேஸ்புக் வெச்சிருக்கற நீங்க எல்லாருமே ஒரு நடமாடும் நியூஸ் சேனல்தான். இப்போ நான் பேசினத விவாதிங்க, மீம் ரீல்னு ஏதாவது போடுங்க, கிழிச்சுத் தொங்க விடுங்க... அது உங்க சாய்ஸ்! ஆனா அப்பிடியே கடந்து மட்டும் போய்டாதீங்க. ப்ளீஸ்! எல்லாத்தையும் வெகுஜன பத்திரிகைகளோ, ஊடகங்களோ பேசுற வரைக்கும் விடாதீங்க...

அடுத்த நேரலையில சந்திக்கிற வரைக்கும் உங்களுக்காக ஒரு கட்டியம் சொல்றேன்... கட்டாயம் இத க்ரேக் பண்ணீங்கன்னா என்ன நேர்லயேகூட சந்திக்கலாம்!

அறிந்தானே யேத்தி யறிவாங் கறிந்து

சிறந்தார்க்குச் செல்வ னுரைப்ப – சிறந்தார்

சிறந்தமை யாராய்ந்து கொண்டு

நேரலை முடிந்தது...

“சார் ஐ.பி அட்ரஸ் வூஹான்னு காட்டுது சார்!”

தமிழ் நாடு சைபர் செல் பரபரப்பாக இயங்கிக்கொண்டிருந்தது–

இடைவேளை..

13 - The Catch

செப்டம்பர் 26, 2020 – அன்றைய தேதிவரை பெருந்தொற்றில் உயிரிழந்தவர்களின் எண்ணிக்கை 10 லட்சம். முதல் கொரோனா தடுப்பூசி உலக மக்களின் பயன்பாட்டுக்கு வருவதற்குமுன் உயிரிழந்தோர் எண்ணிக்கை இரட்டிக்கக்கூடும் என்று உலக சுகாதார நிறுவனம் கணித்திருந்தது... *(Scroll)*

தடுப்பூசியெல்லாம் நம்மை வந்தடைவதற்குமுன் நோய்ப்பரவல் உச்சத்தை அடைந்து அடுத்த வருடம் பிப்ரவரி 2021க்குள் மந்தை எதிர்ப்புச் சக்தியை பெற்றுவிடுவோம் என்று ஆய்வு அறிக்கைகள் தெரிவித்தன. **(Flash)**

ஒருமாதத்திற்கு மேலாக கட்டியங்காரன் வெவ்வேறு காணொலிகளை வெளியிட்டிருந்தான். மக்கள் எழுப்பியிருந்த சந்தேகங்களுக்கு நேரலையில் பதில் சொல்லவும் செய்தான். மாநிலம் விட்டு மாநிலம் செல்லவே அவ்வளவு கெடுபிடிகள் இருக்கும்பொழுது ஒருவன் கண்டம்விட்டு கண்டம் எப்படித் தாவ முடியும்.

“யோவ் அங்க ஒருத்தன் உள்ளூர்லயே மலையடிவாரத்துல ஒளிஞ்சுக்குட்டு பாஸ்போர்ட், வீசான்னு ஃபிலிம் காமிச்சிட்டு இருக்கான்...இதுல இவன வேற தேடப்போறீங்களா...சுத்த வேஸ்டு” காவல்துறை கனவான்கள் பேசிக்கொண்டார்கள்.

“அட அவன் போன மாசம் ரிஸர்வ் வங்கியெல்லாம் தொடங்கிட்டான் சார்...அவனெல்லாம் ஒரு ஆளு... அவன விடுங்க...காமெடிப் பீசு... அவன மாதிரி இவன் சும்மா ஏதாச்சும் ஔறிட்டுப் போனா பரவாயில்ல சார்... open challenge விடறான்... அதுதான் சார் மண்ட காயுது...”

“எனக்கென்னமோ அவன் எழுதுற வெண்பாலதான் சார் ஏதோ மீட்டர் இருக்கு... எப்படியும் வெளிய இருந்து யாரும் உதவாம இப்படி செயல்பட முடியாது... யாராச்சும் நல்ல தமிழ் தெரிஞ்ச ஆளா புடிச்சா ஆள மடக்கிடலாம் சார்...”

"அடக் கெரகத்த...இது ஒன்னும் கம்ப சூத்திரம் இல்லய்யா... இது சிந்தியல் வெண்பா வகை...3 அடி...முதல் 2 அடில நாலு சீரும் கடைசி அடில 3 சீரும் வரும்...அதனால அளவடி, சிந்தடின்னு இரண்டாப் பிரிப்பாங்க...எந்த சீரெல்லாம் எதுகை, மோனையா வருதுன்னு பார்த்து நேரிசை, இன்னிசைனு சிந்தியல் வெண்பா 2 வகை..."

"சார்... நீங்க இங்க இருக்க வேண்டிய ஆளே இல்ல சார்... தமிழ் வாத்தியாராப் போயிருந்தீங்கன்னா...இன்னேரம் பிரின்ஸிபாலாகிருப்பீங்க"

"அட நீ வேற...இவ்ளோ தெரிஞ்சும் இதையெல்லாம் தொடர்புபடுத்தி ஒருதுப்புத் தொலக்க முடியலயே...அதுனாலதான் ஒரு தமிழ் தெரிஞ்ச ஹேக்கர வரவழச்சிருக்கேன்...இதுவரை 3 வெண்பா எழுதிருக்கான்...அவன் எழுதுன வெண்பாக்கும் அவன் பேசுன விசயத்துக்கும் சுத்தமா சம்பந்தம் இல்ல... முன்னாடியெல்லாம் பேப்பர்ல க்ளாசிஃபீல்டுல கோட் வேர்ட போட்டு கடத்தல் கும்பல் எல்லாம் தகவல் பரிமாறுவானுங்கல்ல?"

"ஆமா சார்...குறுக்கெழுத்துப் போட்டியோட அதுதான் டிபார்ட்மெண்டுக்கே சுவாரஸ்யமா இருந்துச்சு...வேலை வாய்ப்பு... வீட்டுமனை... கல்யாணம்... கண்ணீர் அஞ்சலின்னு என்னென்ன டிசைன் டிசைனா யோசிக்க வெச்சானுங்க சார்... நெட் வந்ததும் ஜிபிஎஸ், ஐபின்னு எல்லாம் தொக்கா மாட்டுனானுங்க... ஆனா இவன் இப்படி பழசு புதுசு ரெண்டையும் கலந்தடிக்கிறானே சார்"

"அதுதான்...இன்னும் தப்பிச்சிட்டு இருக்கான்... நம்மள மாதிரி பழைய ஆளும்...கம்ப்யூட்டர் கத்துக்கிட்ட புது ஆளும் சேர்ந்து வேல செஞ்சா ஒரே நாள்ல முடிச்சு விட்றலாம்... 3 வெண்பால 33 சீர்...இதுல ஏதோ கோட் வேர்ட் இருக்கு... அதை மட்டும் கண்டுபிடிச்சுட்டோம்னா இவனையும் அசால்டா தூக்கிடலாம்... வெத்தலைல மை தடவுறவன் வரட்டும்..."

ஹேக்கர்னாலே ஒன்னு பொடியன்...இல்ல தடியன்...டேட்டு... ஸ்பைக்கு முடி...பேக்பாக்...இப்படி ஒரு ஆளை எதிர்பார்த்து சைபர் செல்லே அல்லோலகல்லோலப்பட்டிருந்தது... அதற்கு

நேர் எதிராக கழுத்தில் கொட்டை, நெற்றியில் பட்டைன்னு வேஷ்டியில் வந்து இறங்கிய ஆளைப் பார்த்ததும் உண்மையாவே மை வெக்கதான் போறாரோ என்று எல்லாரும் திகிலோடு ஒருவரையொருவர் பார்த்துக்கொண்டிருந்தனர்.

“சார் மஞ்சப்பையோட அவன் வர்றதப் பார்த்தா மர்ம தேசம் சீரியல்ல வர்றவன் மாதிரி ஏதாச்சும் ஓலையெடுத்து படிச்சு நம்ம எல்லாருக்கும் விபூதி அடிக்கப்போறானோன்னு தோனுது சார்...”

“ஒரு பைத்தியக்காரன இன்னோரு பைத்தியக்காரன வச்சுதான் டீல் பன்னனும்...பார்ப்போம் என்ன சொல்றான்னு”

வந்தவனிடம் சைபர் செல் இதுவரை வெளியிட்ட வீடியோக்கள்...சமூக வலைதளங்களில் அது ஏற்படுத்திய சலசலப்பு...இதுவரை எந்தெந்த இடங்களெல்லாம் ஐபியில் மேப்பாகியிருக்கிறது...அந்த முகம் கொண்ட நபர் நகரம் முழுவதுமுள்ள சிசிடிவியில் எங்கெல்லாம்..எப்போது பதிவாகியுள்ளது-பெயர்... ஊர்—கடைசியாகப் பயன்படுத்தப்பட்ட கைபேசி எண்...ஏடிஎமில் பணம் எடுத்த தகவல்...பெட்ரோல் ரசீது எல்லாவற்றையும் வரிசையாக அடுக்கியது.

“இது எதுவுமே இனி தேவைப்படாது சார்...அதையெல்லாம் ஏறக்கட்டிடுங்க...” என்றார் வந்ததும் வராததுமாய்.

தன் பையிலிருந்து ஒரு பாக்ஸ் ஃபைலை எடுத்தார். எல்லாம் கைப்பட எழுதப்பட்ட காகிதங்களில் பிரதிகள்.

“சார் உங்க குறிப்புல இருக்கற மாதிரி இது சிந்தியல் வெண்பாவோட வடிவத்தில்தான் இருக்கு... ஆனா முதல் பதிவில் இருக்கறது தவிர மத்த ரெண்டும் ஒரு வார்த்தைக் குவியல்தானே தவிர அதுல எந்தக் கோர்வையான அர்த்தமும் இல்ல... அதனால இந்த 33 வார்த்தைகள்ல மூனு மூனு வார்த்தையா பார்த்தோம்னா 5456 வித்யாசமான காம்பினேஷன் வருது...அதையெல்லாம் இதுல எழுதிருக்கேன்.”

ஏதோ ஒரு முடிச்சு அவிழ்வதுபோல காவல்துறை அதிகாரிக்குத் தோன்றினாலும் அவர் அதை வெளிக்காட்டவில்லை.

“ஏங்க இதையெல்லாம் ஒரு கம்ப்யூட்டர் செய்யாதா...ஏன் கைப்பட எழுதிக்கிட்டு...எந்த 3 வார்த்தையச் சேர்த்தா என்ன அர்த்தம் கிடைக்கப் போகுது”

“சார்...உங்களுக்குத் தெரியாததில்ல...சைபர் சம்பந்தப்பட்ட வேலைகளில் மிகவும் முக்கியமான ஒன்னுன்னா அது தகவல் பாதுகாப்புதான்... இந்த 3 வார்த்தைய வச்சு நாம வாக்கியம் அமைக்கப் போறதில்ல...அதைத்தான் அவனும் எதிர்பார்ப்பான். ஆனா இது எல்லாம் லொகேஷன்

கோ–ஆர்டினேட்ஸ்ன்னு நாம crack பண்ணிட்டோம்னு அவனுக்குத் தெரியக்கூடாது... 5456 காம்பினேஷனையும் நெட்ல போட்டுப் பார்த்தோம்னா பார்ட்டி அலெர்ட் ஆகிடும்...இத மேனுவலாத்தான் பண்ணனும்...அதுக்குத்தான் இந்த ஏற்பாடு”

“சார்! உண்மையாவே இவன் க்ராக்குதான் சார்... இவ்வளவையும் கைப்பட எழுதுனதுகூடப் பரவாயில்ல... ஆனா அதையும் ஜெராக்ஸ் எடுத்துக் கொண்டுவந்திருக்கான் பார்த்தீங்களா...? இவன் நம்மளையே நம்பல சார்... அப்படியிருக்கும்போது...ஒரு சவாலுக்காக மட்டும் இதுல சம்பந்தப்பட்டிருக்கான்...எங்கேருந்து சார் புடிச்சீங்க இவன ?”

“அவன் தான் நம்மளப் புடிச்சிருக்கான்...பிரதமரப் பத்தி அவதூறு பரப்புறவன கண்டுபிடிக்க மஹாசபையிலருந்து ஸ்பெஷல் அப்பாயிண்ட்மெண்ட்”

அதற்குள் மொத்த ஆவணங்களையும் மேஜைமேல் 13x4வரிசையாக அடுக்கியிருந்தான்...ஒரு தாளில் நூத்தி சொச்சம் 3 எழுத்துகள்...அதில் சிலவற்றை மட்டும் வட்டமிட்டான்.

“சார் என்னோட ஊகம் மட்டும் சரியா இருந்தா இந்த மூனு வார்த்தைகள் what 3 words மென்பொருளுக்கான சரியான உள்ளீடுகள்... உலக உருண்டைய 57 ட்ரில்லியன் 3 சதுர மீட்டர் கட்டங்களா பிரிச்சு ஒவ்வொரு கட்டத்திற்கும் இந்த 3 வார்த்தை முகவரி குடுக்கும் வசதி இந்த மென்பொருள்ல இருக்கு... ஆங்கிலம்தான் மூலம்னாலும் தமிழ் உட்பட 50 உலக மொழிகள்ல இது மொழிபெயர்க்கப்பட்டிருக்கு...

இந்தியமொழிக்குடும்பங்கள்லயே அகராதியில் அதிக சொற்கள் உள்ள மொழின்னா அது தமிழ்தான்... கொஞ்சம் மெனக்கெட்டு வட்டார வழக்கயெல்லாம் சேர்த்தா நிச்சயம் கொரிய, போர்த்துகீசிய, ஃபின்னிய மொழிகளை பின்னுக்குத் தள்ளி 2 கோடி வார்த்தைகளோட தமிழால முதல் இடத்தைப் பெற முடியும்... இது தொடர்பான ஆராய்ச்சிலதான் நான் இருக்கேன்..."

"ஒவ்வொரு நாட்டுல என்னென்னமோ கண்டுபுடிக்கிறான். நாம இன்னும் மொழிதாண்டிய பெருமிதத்தப் பத்தி இன்னும் யோசிக்கவே இல்ல...இன்னும் நமக்குள்ளயே அடிதடிதான்"

"சரியாச் சொன்னீங்க சார் ! என் மொழி பெருசா உன்மொழி பெருசான்னு சண்ட வரும்...தவிர பேச்சுவழக்குல ஒரே மாதிரி உச்சரிப்பு இருக்க பல சொல் இருக்கு...அதுவும் தமிழ்ல இந்த ழகர, ணகரம் எல்லாம் தேவையில்லாத குழப்பம். இதனாலதான் மத்திய சர்க்கார் அதிகம் பேச்சுவழக்குல இல்லாத தேவபாஷையை மற்ற மொழிங்கள்லேர்ந்து கடன் வாங்கியாவது விரிவுபடுத்த விரும்புது... இந்தியா முழுசுக்குமான ஒரே சங்கேத மொழியா சமஸ்க்ருதத்தைக் கொண்டுவந்துட்டோம்னா அதுக்கப்புறம் இங்க தொழில் தொடங்குற எல்லா பன்னாட்டு நிறுவனமும் நமக்குக் கப்பம் கட்டுற காலம் வரும் சார்..."

ஆச்சரியமும் ஆத்திரமும் ஒருசேர முட்டிக்கொண்டு வந்தாலும் மேலிடத்து விவகாரம் என்பதால் அதிகாரி எதையும் உள்வாங்காதது போல் தொடர்ந்தார்...

"என்ன சார் சொல்றீங்க...இது எப்படிச் சாத்தியம்"

"ஒரு உதாரணம் சொல்றேன்... மெர்ஸிடீஸ் நிறுவனம் இந்தத் தொழில்நுட்பத்துல பத்து சதவிகிதம் பங்குதாரர்...ஓட்டுநர் இல்லாமல் இயங்கும் கார்களுக்கான போட்டியில் உலகமே சக்கரம் கட்டிக்கிட்டு சுத்திக்கிட்டு இருக்கு...அதற்கு இதுதான் அடிப்படை...வருங்காலத்துல ஒருத்தரோட விலாசம், மொபைல் எண்...ஊர்...பின்கோடு இப்படி எண்கள் சார்ந்த அடையாளம் எதுவுமே தேவையில்லை... ஆரம்ப புள்ளியிருக்கும் 3 சதுர அடிக்கட்டத்தோட 3 வார்த்தையும் போய்ச்சேர வேண்டிய

புள்ளியிருக்கும் கட்டத்தோட மூனு வார்த்தையையும் கார்கிட்ட சொல்லிட்டாபோதும்...மத்த எல்லாத்தையும் அதுவே பார்த்துக்கும்...ஈகாமர்ஸ்மயமான உலகத்துல இதோட வர்த்தக சாத்தியத்தை நீங்களே கணக்கு போட்டுக்குங்க"

"என்னென்னமோ சொல்றீங்க...ஒன்னும் புரியல...சரி நீங்க இது சம்பந்தமான ஆராய்ச்சில இருக்கீங்க...இந்தப் பையனுக்கு இதெல்லாம் எப்படித் தெரியும்னு நினைக்கிறீங்க?"

"அவன் வித்தைக்காரன் சார்... எந்த நாட்டு பணத்தை உபயோகிச்சாலும் மாட்டிப்பான்... அதனால இந்தமாதிரி தமிழ்ப்பயன்பாட்ட பிரபலப்படுத்துறது மூலமா அவன் ஒரு க்ரிப்டோ கரன்ஸிய உருவாக்கிட்டான்...அநேகமா கேட்காயினை கண்டுபிடிச்சது அவனாத்தான் இருக்கணும்... அவனுக்குத் தேவையான எல்லாத்தையும் அதை வச்சுதான் வாங்குறான்..."

"சார் அவன் என்னமோ பெரிய போராளி மாதிரியும்... மக்களெல்லாம் வரிஞ்சு கட்டிக்கிட்டு அவனுக்கு நேரடியாவும் மறைமுகமாவும் உதவுற மாதிரியும்ல இருக்கு நீங்க சொல்றது... மிஞ்சி மிஞ்சிப் போனா இந்தத் தகவல் இந்த ரூம்ல இருக்குற நம்மளத்தாண்டி யாருக்குத் தெரியும்... நாமளா இதைசெய்தியா வெளியிட்டு அவன பிரபலப்படுத்தாம விட்டோம்னாலே தானா மாட்டிக்குவான் சார்"

"க்ரிப்டோ உலகத்தில தெரிஞ்சு எல்லாம் உதவ வேண்டாம்... தெரியாமலே ஒருத்தன் உலகப் பணக்காரனா ஆக்கிடலாம்...doge-coin பத்தி கேள்விப்பட்டிருக்கீங்களா...சும்மா மீம் போடறதுக்காக உருவான க்ரிப்டோ...ஒரே வருஷத்துல 200000 விகிதம் பெருசாச்சு... இன்னைக்கு சொந்தமா கார் ரேஸ் நடத்துறாங்க...பல நாடுகள்ல தானதர்ம காரியங்களைச் செய்யிறாங்க...அரசாங்கம், வங்கி எல்லாத்தையும் பைபாஸ் பண்ணி மக்களுக்கான க்ரிப்டோவா டோஜி இந்த 2 வருஷத்துல விஸ்வரூபமெடுத்திருக்கு... பிரிவினைவாத சக்திகள் ஊடுருவுறத IB பார்த்துக்கிட்டு எப்படி சும்மா இருக்கும் சொல்லுங்க...சின்னச்சின்ன நாடாப் பிரிஞ்சா நம்மள மொத்தமா மூழ்கடிச்சிடுவாங்க...ஆக என்னவிதமான பரிவர்த்தனையை ஆதாரமா வச்சு இந்த கேட்காயின்

செயல்படுதுன்னு கண்டுபிடிக்க ஒரு தனிப்படை தயாராகுது. சீக்கிரம் இந்த கேஸ் CBI கிட்ட மாறிடும்..."

பொதுத்தேர்தலுக்கு இன்னும் பலகாலம் இருந்தாலும் சட்டப்பேரவைத் தேர்தலில் நிச்சயம் இந்த விசயம் பிரதிபலிக்கும் என்பது அங்கிருந்த எல்லாருக்கும் தெரியும்.

எல்லோருடைய பார்வையும் மேஜையில் பரப்பிவைத்திருந்த காகிதங்களில் அவன் வட்டமிட்ட வார்த்தைகளைச் சுற்றியே இருந்தபொழுது திடீரென டிங்க் என்று மணி அடித்ததும் உளவுத்துறை ஆசாமி தன் மொபைலை எடுத்துப் பார்த்தார். அவரது வேலட்டில் 50 ரூபாய் மதிப்புள்ள கேட்காயின் வரவு வந்திருந்ததைப் பார்த்து சொடுக்கு போட்டுக்கொண்டு எழுந்தார்.

14 - The Deluge

அக்டோபர் 28, 2020 – தைவானில் தொடர்ந்து 200வது நாளாகத் தொற்றுப் பரவல் இல்லை என்று அதிகாரப்பூர்வமாக சீனா அறிவித்தது. *(Scroll)*

குளிர்காலத்திற்கு முன்பு இரண்டாம் அலையை எதிர்நோக்கிய இந்திய அரசு அதிகாரத்தைப் பகிர்ந்து பரவலாக்குவதாகச் சொல்லி மாநிலங்களையே அவர்களுக்கான தடுப்பூசி முகாம்களுக்கான முன்னேற்பாடுகளை முடுக்கிவிடும்படி உத்தரவிட்டது. **(Flash)**

திரையரங்குகள் ஐம்பது விகிதம் டிக்கட் பதிவுகளுடன் இயங்கத்தொடங்கலாம் என்ற அறிவிப்பு வந்ததுமே படப்பிடிப்புத்தளத்தில் கெடுபிடியோடு வேலைகள் அரம்பித்தன. ஆட்டரும் ஆட்டுக்குட்டிகளும் வெளியூர் படப்பிடிப்புக்கான ஆயத்தப் பணிகளில் இருந்தனர்.

போலீஸிடம் வருவதற்குமுன் சாப்பாடு காண்ட்ராக்டரை மிரட்டி உளவுத்துறை முதலில் கால் பதித்தது அனோனியின் படப்பிடிப்புத் தளத்தில்தான். அங்குள்ள எல்லோருடைய செல்பேசிகளும் கண்காணிக்கப்பட்டன. சர்வதேச விமானங்கள் இயங்காததால் நங்கையும் ஊர் திரும்பவில்லை. தோழிக்கு உதவியாக இருக்க முடிவுசெய்திருந்தாள்.

காபி, டீ, வடை, சாப்பாடு எல்லாம் கொடுக்கும்பொழுது நிறையபேர் ஒருவித கறுப்புப்பட்டையை கைகளிலும் கால்களிலும் அணிந்திருந்தனர்.ஆக்ஸிமீட்டர் பார்க்கறதவிட ஃபிட்பேண்ட் அணிவது மேல்ன்னு எல்லோரும் health conscious ஆ ஆகிட்டாங்கபோல என்று உளவுத்துறையார் முதலில்நினைத்துக்கொண்டார்.

மதுரைக்கு சென்றபோது அவனது பெற்றோரும் அதை அணிந்திருப்பதை கவனித்தார். கோடம்பாக்கத்தில் கிரின் கழுத்திலும் அதேபோல் ஒரு பட்டையைப் பார்த்ததும்

மெல்லியதாக இருந்த சந்தேகம் வலுத்தது. அதைப் படம்பிடித்து இன்னும் எங்கெங்கு யார் யாரெல்லாம் இதுபோன்ற பட்டைகளை அணிந்திருக்கிறார்கள் என்று தகவல் சேகரித்தவருக்கு அதிர்ச்சி காத்திருந்தது.

தமிழ் நாட்டிலிருந்து கால்நடையாகவே ஊர்போய் சேர்ந்த பலர் இதுபோன்ற பட்டைகளை அணிந்திருந்ததாகத் தெரிய வந்தது. தவிர வீடற்ற மனிதர்கள், விலங்குகள் எனப் பல இடங்களில் இந்தப் பட்டையைக் காண முடிந்தது.

அப்படி ஒரு நாடோடியிடமிருந்து ஒரு பட்டையை வாங்கி தன் காலில் அணிந்துகொண்டு அவரது செல்லையும் வாங்கிக்கொண்டார். 1000 அடிகள் நடந்து முடித்திருந்ததால் அதற்கான வெகுமதியாக 50 ரூ அந்தக் கணக்கில் சேர்ந்தது.

எல்லோரும் கட்டியங்காரன் என்ற பெயரில் மட்டுமே கவனம் செலுத்திக்கொண்டிருந்த வேளையில் காவல்துறை அதற்குப் பின்னால் இருக்கும் எண்கள் மாறிக்கொண்டே இருப்பதைக் கண்டுபிடித்தது. உளவுத்துறையோ ஒருபடி மேலே சென்று அதற்கு அடித்தளமாக இருக்கும் சொற்களை ஆராய ஆரம்பித்திருந்தது.

தோட்டம், வயல், காடு போன்ற திறந்த வெளிகளிலிருந்தபடிதான் இவன் தகவல் பரிமாற்றம் செய்கிறான் என்பது காவல் துறையின் ஊகம். அந்த இடங்களுடைய கோ–ஆர்டினேட்ஸ்தான் எந்த முகவரியோடும் தொடர்புடையதாக இருக்காது. அதனால் பட்டாக்கள், பத்திரப்பதிவு விவரம் இவற்றை வைத்துத்தான் இவனுக்கு யாரெல்லாம் உதவுகிறார்கள் என்றே கண்டுபிடிக்க முடியும். அரசு அலுவலகங்கள் முழுவீச்சில் இயங்க ஆரம்பிக்கவில்லை. ஆன்லைனில் கிடைப்பதை வைத்து வேலை செய்துகொண்டிருந்தார்கள். உளவுத்துறை ஆசாமி மட்டும் வெண்பாவிலிருந்து சுழித்த 3 வார்த்தை காம்பினேஷன்களுடன் பொருந்தும் இடங்களைக் குறித்துக்கொண்டிருந்தார்.

இதற்கிடையில் க்ரிப்டோ சந்தையில் கேட் காயின் மீம் டோக்கனைப் பயன்படுத்துபவர்களுக்கு 'கேட்டிசன்ஸ்' என்ற செல்லப்பெயர் சூட்டப்பட்டிருந்தது. ஒரு கருந்துளையைச் சுற்றி ஒளிவட்டம் உள்ளிழுக்கப்படுவதை முதன்முதலில் விஞ்ஞானிகள்

பார்க்கும்பொழுது எவ்வளவு ஆச்சரியப்பட்டிருப்பார்கள். அப்படித்தான் இதை இந்திய இணைய பாதுகாப்புப் பிரிவு பார்த்துக்கொண்டிருந்தது.

“எதுக்கும் அந்த ஆட்டரோட ஆடிட்டர் மேல ஒரு கண்ணு வையுங்கய்யா. அவருடைய நிழலுலகத் தொடர்புகள் மூலமா எதுவும் சாத்தியம். நாளைக்கு கட்சி ஆரம்பிச்சாலும் ஆச்சரியப்பட்றதுக்கு இல்ல. அதான் ஜனாதிபதியாக்கி அழகு பார்க்க முடிவு பன்னிட்டாங்க” என்றார் மஞ்சப்பை.

“எங்களுக்கும் அந்த சந்தேகம் வந்திடுச்சு சார். அவர் போன படத்தோட விளம்பரத்துக்காக மெட்டாவர்ஸ், NFT எல்லாம் பயன்படுத்தி ஒரு தனி டிஜிட்டல் உலகம் அமைச்சிருக்கறதா ஒரு பத்திரிகைல படிச்சேன். இந்த கேட் காயினும் அதோட தொடர்புடையதா இருந்தா? படிக்காதவனுங்களே அரசியலுக்கு வந்தா டன் கணக்குல ஊழல் பன்றாங்க. இவங்கள மாதிரி ஆளெல்லாம் வந்தா தினம் தினம் எங்களுக்கு தீபாவளிதான்.”

“அவங்க INRல டீல் பன்ற வரைக்கும்தான்யா நீங்க அய்யனார் கணக்கா ரெய்டு போக முடியும். க்ரிப்டோவ விக்காம கை மாத்திக்கிட்டே இருந்தா? என்னபண்ணுவீங்க!”

“அப்போ 18 ஆம் படின்னு அவன் சொன்னதுல இந்த மாதிரி ஏதோ ஒரு உள்குத்து இருக்குதா சார்?”

“யாருக்கு யாரு காவல்? இன்னும் கொஞ்ச நாள்ல தெரிஞ்சிடும்”

இதற்கிடையில் கண்ணாடிக் கதவின் பின்னாடி நின்று சைகை காட்டுவதுபோல் ம்யூட்டில் இருந்த டிவியை அலறவிட்டார் ஏட்டு.

“முக்கியச் செய்திகள்: படப்பிடிப்புத் தளத்தில் கொரோனா தொற்றால் பாதிக்கப்பட்ட பிரபல திரைப்பட இயக்குநர் தீவிர சிகிச்சைப் பிரிவில் அனுமதி.”

“ஆசை இருக்கோ இல்லையோ. ஆனா எழுதி வெச்சிக்கங்க. இந்த ஆளோட ஜாதகத்துல அரசியல் ராசி உச்சத்துல இருக்கு! மூலவரும் உத்ஸவரும் சரியான கட்டத்துல இருகாங்க.” ஆரூடம் சொன்னார் முக்கியஸ்தர்.

“சார்வாள் சொல்றதப் பார்த்தா tag team partnership மாதிரின்னா இருக்கு. மூலவர் அதிகம் வெளில வராதவர்... உத்சவர் ஊர்வலம் வர்றவர்...சரிதானே”

“சினிமா படம் தயாரிக்கிறதே சூதுதானே...அதுல பணம் போடுறவன் தான் இதுலயும் கூட நிக்கப் போறான். பணத்த வெச்சுக்கிட்டு சும்மா வச்சிருந்தா யாருக்கு என்ன லாபம்... ‘கூட்டாண்மை சமூக பொறுப்பு’ (CSR)...கேக்கவே எப்படி சவச்சவன்னு இருக்கு...சும்மா வச்சிக்கிட்டே இருந்தா இப்படித்தான் அரசாங்கம் கோத்துவிடும்... “

“முன்னெல்லாம் கட்டப் பஞ்சாயத்து, கல்வித் தந்தைன்னு சில படிநிலை இருந்துச்சு. இப்ப தனக்கு மிஞ்சி தானமும் தர்மமும் பன்னாப் போதும்னு பக்தி இருக்கறவன் பஜன பன்றான், கொஞ்சம் சக்தியும் இருக்கறவனுக்கு அரசியல்தான் லாயிக்குபடும். நீங்க சொல்றது சரிதான் சார்...”

“மதிநுட்பமும் நிதிநுட்பமும் சேரும்போதுதான் புது துறையே உருவாகுது... ஊழலிலிருந்துதான் புது வியாபாரத்துக்கான சூழலே ஏற்படும்... இப்ப இருக்கற எந்த அரசியல்வாதியோட பழைய வாழ்க்கையப் புரட்டிப் பாருங்க...சாதாரணமா இருந்த அவங்க வாழ்க்கைல ஒரு பெரிய திருப்புனை ஏற்பட்டிருக்கும்... அப்படிப்பட்ட தருணம்தான் இது...சொல்ல முடியாது...இந்த ஆட்டத்தோட முடிவுல மூலவரும் உத்சவரும் எடம் மாறினாலும் ஆச்சரியப்படுறதுக்கில்ல !”

15 - The Lead

நவம்பர் 16, 2020 –அமெரிக்கா தயாரிக்கும் மோடெர்னா தடுப்பூசி 94.5 சதவிகிதம் வெற்றியை எட்டிவிட்டதாக அறிவித்திருந்தது. ஒரு சிறு பின்னடைவுக்குப் பின் பிரிட்டனின் ஆஸ்ட்ரஜெனிகாவும், ஃபைசரும் கடைசி கட்ட ஆராய்ச்சிகளில் இருந்தனர். *(Scroll)*

கடும் போக்குவரத்து கட்டுப்பாடுகளால் ஏற்பட்ட அத்தியாவசிய மருந்து தட்டுப்பாடுகள் காரணமாக ஆஃப்ரிகாவின் சஹாரா பகுதியில் கொரானாவைவிட மலேரியாவால் உயிரிழந்தவர்கள் எண்ணிக்கை உச்சத்தைத் தொடும் அபாயம் நிலவியது. **(Flash)**

கோதாவரி மருத்துவமனை வளாகத்தில் பத்திரிகையாளர்கள் சந்திப்பை ஆட்டரின் பிஆர் குழு ஏற்பாடு செய்திருந்தது.

“சில தோழர்களும்...பல டாலர்களும்”ன்னு படத்தோட தலைப்பை அறிவிச்சதிலிருந்து பெரிய சர்ச்சையா போய்க்கிட்டு இருக்கு... நடுவண் அரசோட நிலைப்பாட ஞாயப்படுத்துற மாதிரி இது நக்ஸல்களுக்கு எதிரான படமா சார்? கடத்தல், கொள்ளைன்னு அவங்க சம்பாதிக்கிறதா சித்தரிக்கும் கதையா இருக்குமா?”

“பத்திரிகை நண்பர்களுக்கு வணக்கம்...இன்னும் வேக்ஸின் பயன்பாட்டுக்கு எப்ப வரும்னு நிச்சயமில்லாத ஒரு நேரத்துல ஒரு மூத்த இயக்குநர் படப்பிடிப்புக்கு போயிருக்காருன்னா எவ்வளவு நெருக்கடியான சூழல்ன்னு நீங்க முதல்ல புரிஞ்சுக்கணும். சரித்திரப் படம் தள்ளிப்போனதால ஒரு சின்ன படம் முடிச்சிடலாமேன்னுதான் இந்தப் படத்துல கமிட் ஆனாரு. அது ஒரு நாவலோட அடாப்டேஷன். கம்யூனிஸம்ங்கிற சித்தாந்தம் இன்றைய கார்ப்பரேட் யுகத்தில் ஒரு ஆண்டிவைரஸ் போல. ஆனால் அதையே நீங்கள் ஆப்பரேட்டிங் சிஸ்டமா பயன்படுத்த ஆசைப்பட்டா என்ன நடக்கும். இதுதான் கதைக்களம். இந்தக்

கதைய புத்தகமா எழுதுன எழுத்தாளர்தான் வசனகர்த்தா... ஞாயமா இந்தக் கேள்விய நீங்க அவர்கிட்டதான் கேட்கணும்.

தயாரிப்பு தரப்பு பதட்டமாயிடக்கூடாதுன்னுதான் இந்த செய்தியாளர் சந்திப்பு...நீங்க கேக்கலன்னாலும் அவருடைய உடல் நிலையைப் பத்தி சொல்ல வேண்டியது என்னோட கடமை.... மருத்துவர்கள் ஆலோசனைப்படி அவர் தனிமைப்படுத்தப்பட்டிருக்கார்...குடும்பத்தினரும் பதட்டத்துல இருக்காங்க...”

“மருத்துவமனை எப்போ சார் அதிகாரப் பூர்வமான தகவல வெளியிடும்?”

“நீங்களும் பெரிய ரிஸ்க் எடுத்துதான் வேலை செய்யுறீங்க... மக்களுக்கு தகவலை உடனுக்குடன்கொண்டு சேர்க்கணும்னு உங்களுக்கு இருக்குற ஆர்வமும் துடிப்பும் என்னோட இளைமை காலத்த நினைவு படுத்துது. உங்கள்ல ஒருத்தனா, ஒரு ப்ரதரா சின்ன ரிக்வஸ்ட். ஒருத்தரோட வேலை மேல பெரிய மரியாதை இல்லைன்னாலும் அவர் வயசுக்கு கொஞ்சம் மரியாதை கொடுத்தாச்சும் நீங்க கேள்விங்கள கேக்கலாம்.

போன மாசம்தான் கொரோனான்னு ஒன்னு இல்லவே இல்லன்னு ஒருத்தன் எழுதினான்...இவர் பேர உபயோகிச்சதுனால அதுதான் ஆட்டரோட கருத்துமான்னு கேட்டீங்க...இப்ப அவரே தொற்றுக்கு ஆளாகியிருக்கார்....அதைப்பத்தி இப்போ உங்களுக்கு அக்கறை இல்ல....அடுத்த சென்சேஷனுக்குத் தயாராகிட்டீங்க... அப்டிதானே?”

“சார் அவரோட மகனைக் கதாநாயகனா இந்தப் படத்துல அறிமுகப்படுத்தப் போறாருன்னு பேச்சு அடிபடுதே...உண்மையா?”

“அவர் மகன் நடிப்பைவிட இயக்கத்துலதான் அதிகம் ஆர்வமா இருக்காரு. அமெரிக்கால அதுக்காக மேல்படிப்புக்கு போனவரால இந்த நேரத்துல வந்து பார்க்ககூட முடியல....ஆனா சொல்ல முடியாது... சார் எப்படி நடிகரா இருந்து இயக்குநரா மாறினாரோ அதே போல் அவர் மகன் இயக்கத்திலிருந்து நடிப்புக்கு வரலாம்... ஒன்னு மட்டும் நிச்சயம்... இந்தப் படத்துல ரெண்டுமே இல்ல...

அவ்ளோ பெரிய லாஞ்ச் உங்ககிட்ட சொல்லாம பண்ணுவோமா? சீக்கிரம் குணமடஞ்சு அவரே நேரிலோ, நேரலையிலோ வந்து உங்க கேள்விக்கெல்லாம் பதில் சொல்லுவார். நன்றி!"

எல்லாத் தொலைக்காட்சிகளிலும் இந்தக் காணொலி ஒளிபரப்பப்பட்டது.

யூ–ட்யூப் சேனல்களுக்கு எதிர்பார்த்த அளவு பரபரப்பான செய்தி எதுவும் கிடைக்காததால் தொடர்ச்சியாக வெவ்வேறு திசையில் பிரிந்து சில நேர்காணல்களில் இறங்கினர்.

Red Bricks சேனலில்...

"உங்க கட்சியிலிருந்தே சிலபேர் மத்தியில் ஆளும் கட்சிக்கு ஆதரவா செயல்படுறதா செய்திகள் வெளியாகுது.மத்திய உள்துறை அமைச்சர் ஆளுங்கட்சியுடன் சந்திக்கிறாரு... சட்டமன்றத் தேர்தலுக்கு முன்னாடியான இந்த சந்திப்பை எதிர்கட்சியின் தலைவரா நீங்க எப்படிப் பார்க்குறீங்க."

"தேர்தலுக்கு இன்னும் 6 மாதங்கள் இருக்கின்றன. அந்தக் களம் வேறு...மக்கள் பணியில் இருக்கும் எல்லோரும் கொள்கை, கோட்பாடு, அரசியல் நிலைப்பாடுக்கு அப்பாற்பட்டு சேர்ந்து செயல்பட வேண்டிய நேரம் இது...உள்துறை அமைச்சரிடம் நேரடியாக நம் தேவைகளை முன்வைக்கும் ஒரு வாய்ப்பாக இதை ஆளும்கட்சி பயன்படுத்திக்கொள்ள வேண்டும்"

சங்கிப் பலகை சேனலில்...

"26 அரசு மருத்துவக் கல்லூரிகள்ல 3,650 எம்பிபிஎஸ் இடங்கள்தான் இருக்கு. அதுல 227 எம்பிபிஎஸ் இடங்களும் 12 பி.டி.எஸ் இடங்களும் 7.5 சதவீத சிறப்பு இட ஒதுக்கீட்டிற்கு ஆளுங்கட்சி ஒதுக்கியிருக்கு. 405 அரசுப்பள்ளி மாணவர்கள் இதுனால பயனடையப் போறாங்க...மத்திய அரசோட பிரமுகரா நீங்க இதை மற்ற மாநிலங்களுக்கும் முன்மொழிவீங்களா?"

"இது ஒன்னும் மத்திய அரசு யோசிக்காத புது விசயம் இல்லிங்கண்ணா...2019ல பொருளாதாரத்தில் பிற்படுத்தப்பட்டோருக்கான இட ஒதுக்கீடா பத்து

சதவிகிதம் பரிந்துரைக்கப்படுதுங்கண்ணா...அதையே லேபில் மாத்திஒட்டி அரசுப்பள்ளி மானவர்களுக்கு இட ஒதுக்கீடுன்னு சொல்றாங்கண்ணா...இதையே எதிர்கட்சிக்காரங்களா இருந்தா சமூகநீதின்னு லேபில் ஒட்டியிருப்பாங்கண்ணா...”

Ace Tamizhaa சேனலில்...

“ஏகே–74 ரக துப்பாக்கிய இந்தியாவிலேயே முதல்முறையா பயன்படுத்திய தமிழன் நான்தான்னு ஒரு பத்திரிகைல சொல்லியிருந்தீங்க...ஏன் ஒரு போராளியா இல்லாம அரசியல்வாதியானீங்க”

“தம்பீ... நமக்குள்ள வன்முறைய தூண்டிவிட்டுட்டு வெளி நாட்டுலேருந்து ஒருத்தன் ஆயுத வியாபாரம் செஞ்சு காசு பாக்குறான்...என் பாட்டன் சே எப்படி துரோகத்தால செத்தானோ அதே தான் என் அண்ணனுக்கும் நடந்துச்சு...

அதைத் தடுத்து நிறுத்தும் இடத்தில் அரசியல்வாதிதான் இருந்தான்... குரங்கு அப்பம் பிச்ச கதையா... அதனாலதான் நம்மளப்போல எளிய பிள்ளைகளுக்கு அரசியலை பழக்கணும்னு நினைக்கிறேன் தம்பீ...

இன்றைக்கு நான் கையில் எடுத்திருக்கும் ஆயுதம் வேல்.... அதை அடுத்தடுத்து யார் யாரெல்லாம் எடுக்குறாங்கன்னு பாத்துக்கிட்டுதானே இருக்கீங்க”

வேதன் பார்வை சேனலில்...

“ஆட்டரோட பி.ஆர் பேசின வீடியோவ பார்த்திருப்பீங்க... எந்தவித கெட்டப் பழக்கமும் இல்லாதவர் அவரு...இந்த வயசுலையும் ட்ரெக்கிங், மராத்தானெல்லாம் ஓடுறாரு... அவருக்குமா தீவிர சிகிச்சை அளிக்கிற அளவுக்கு தொற்று ஏற்பட்டிருக்கும்?”

“லிங்கேஷ்...ஒரு விசயம் நல்லா புரிஞ்சுக்கோங்க...மத்தியில ஆளுங்கட்சி நினைச்சா மாநிலக் கட்சியோட தேர்தல் செலவுக்கு பணம் இல்லாம முடக்க முடியும்...இவரெல்லாம் எம்மாத்திரம்...

அந்தப் பையன் பேசுனதுல உண்மை இருக்கு, இல்ல...அதுக்கு அப்புறம் வருவோம்...எப்போ அவன ஓடவிடணும்னு முடிவு எடுத்துட்டாரோ அப்பவே அவர் பாதி அரசியல்வாதியா ஆகிட்டார்...ஒத்துக்குறீங்களா?"

"எல்லாருக்குமே அது பெரிய அதிர்ச்சிதான்... நாமதான் அத எக்ஸ்போஸ் பன்னோம்"

"சரி அத விடுங்க... ஒரு ப்ராப்பகண்டா படம் எடுக்க வேண்டிய நிர்ப்பந்தத்தில ஆட்டர் இருக்காருன்னு அந்த பி.ஆர் ஔறிக்கொட்டினார் கவனிச்சீங்களா?"

"ஆமா...ஆனா அதப்பத்தி வேற கேள்வி கேக்கவே இல்லயே... அவர் மகன் பத்தி கேட்க ஆரம்பிச்சுட்டாங்க அதுக்குள்ள"

"அதுலயும் ஏதோ ஒரு நெருக்கடி அவருக்கு இருக்க எல்லாம் சாத்தியமும் இருக்கு லிங்கேஷ்...

இப்போ அவருக்கு ஒரு கௌரவப் பதவி கொடுக்குறதா பேச்சு அடிபடுது...பையனும் பெரிய லாஞ்ச் வேணும்னு அழுத்தம் கொடுக்கறதால அவரே இயக்கவும் வாய்ப்பு இருக்குன்னு தெரிஞ்சுதான்...அதையே ஒரு நக்ஸலுக்கு எதிரான பிரச்சாரப் படமா எடுத்து அவரோட விசுவாசத்த காட்டச் சொல்றாங்க...

நான் கேக்குறேன் ஒருவாட்டி கட்சி முத்திரை விழுந்துச்சுன்னா அத மாத்தமுடியுமா...சொல்லுங்க?"

"தாவிக்கிட்டேதான் இருக்க முடியுமே தவிர...விலகுறது கஷ்டம்தான்"

"ஒரு அப்பாவா தன் மகன் அவனோட அரசியல அவனே தேர்ந்தெடுக்கட்டும்னு அவர் நினைக்கிறதுல என்ன தப்பு இருக்கு... நீங்களோ நானோ செய்ய மாட்டோமா...பையனோட எதிர்காலத்த பணையம் வெச்சா அப்படி அவருக்கு அரசியல் ஆசை எடுக்குது? ரசிகர்கள விடுங்க...அவரோட மனைவியும் இண்டஸ்ட்ரி ஆளுதானே...அவங்களே கேள்வி கேக்க மாட்டாங்க? அதனாலதான் இந்த ICU டிராமா"

Rhodium Records சேனலில்...

“வணக்கம் சார்...உங்களோட சூப் சாங் வெளியாகி இன்னையோட 9 வருஷம் ஆகுது...கொல வெறின்ற வார்த்தைய வைரலாக்கிய உங்களுக்கு பாடல்வரிகளுக்கு வந்த பாராட்டும் விமர்சனமும் எப்படி இருந்துச்சு...இப்போ சமூக வலைதளத்தில அந்த ட்யூன தேர்தல் பிரச்சாரத்திலேருந்து சாலை பாதுகாப்பு விழிப்புணர்வு, கொரோனா ஆந்தம், ஆன்லைன் வகுப்புகள் பத்தின பகடின்னு ஒவ்வொருத்தரும் ஒவ்வொரு விதமா உபயோகிக்கிறாங்க...துருக்கி நாட்டுல கோக் விளம்பரத்துக்கு பயன்படுத்திருக்காங்க... உங்கள பிரதமர சந்திக்க வைக்கிற அளவுக்கு வரிகள் ரீச் ஆகிருக்கு...அதைப் பத்தி என்ன நினைக்குறீங்க...”

“எப்படி ஒரு pandemic outbreakஐ நாம predict பன்ன முடியாதோ... அதே மாதிரிதான் ஒரு பாடல் இவ்ளோ பெரிய sensation ஆகுறதையும் நம்மால foresee பன்ன முடியாது.

இப்படி எல்லா சூழலுக்கும் பொருந்தணும்னும் நாமா முன்னாடியே plan பன்னமுடியாது...

நீங்க schoolல rhymes, choirல எல்லாம் பார்த்தீங்கன்னா...ஒரே ராகத்துல சொல்லித் தருவாங்க...வார்த்தைய easy ஆ memorize பன்ன use ஆகும்...அந்த ராகத்த யார் முதல்ல வாசிச்சாங்கன்னு யாருக்காச்சும் தெரியுமா...? இல்லல்ல...அப்படித்தான் இதுவும்...”

இப்படியாக அன்று பதிவேற்றிய எல்லா சேனலிலும் ஒரு விளம்பரம் பிரத்யேகமான தொடர்பு எண்ணுடன் ஒளிபரப்பப்பட்டது...

“Cat Coin–ல் முதலீடு செய்ய ஆர்வமுள்ளவரா... இந்த எண்ணுக்குத் தொடர்புகொள்ளுங்கள் !”

எல்லா எண்களையும் ஒரு துண்டுக் காகிதத்தில் எழுதினார் மஞ்சப்பை.

முதல் எண்ணை அழைத்தது speakerல் போட்டார்.

ஒரு வட இந்தியப் பெண்மணி சீர் பிரிக்காமல் ஒரு வெண்பாவை மென்று துப்பினாள்... அந்த உச்சரிப்பை மீறியும் சரியான வார்த்தைகளை மீட்டெடுத்து சீர் பிரித்தார்.

அடுத்தடுத்த எண்களில் ரயில்மேடை அறிவிப்பைப் போல் வெண்பாக்களை எதுகை மோனையின்றி அறிவித்தன... எல்லாவற்றையும் எழுதி ஒத்துப் பார்த்தார்...

"ஏட்டையா...ஒரு 10 பண்டில் பேப்பர் வாங்கிட்டு வாங்க... அப்படியே 4 பேனா, 2 ஹைலைட்டர்...எல்லாம்" என்றார் ஆணையர் ஒத்தாசையாக.

மெல்ல ஏறிட்டார் மஞ்சப்பை.

"இல்ல சார் ஒரு வெண்பாக்கே நூத்திசொச்ச 3 வார்த்தை காம்போ வருது...100 சொச்சம் வெண்பாவே வரும்போல எல்லா சேனலையும் பார்த்தா...அதுதான் ஆளுக்கு ஒன்னா எழுதச் சொல்லலாமேன்னு"

"இது வெண்பாவே இல்ல சார்...சுடச்சுட அல்வா...11 டம்மி வார்த்தைங்கள வச்சு 165 விதமா அவன் இந்த ஒலிபரப்பு செய்ய முடியும்...பொதுமக்கள் அதுல அர்த்தம் கண்டுபிடிக்க முயற்சிப்பாங்க...5 சேனல், 10 சேனல்ல வர்ற எல்லா நம்பரையும் பார்த்து கூப்பிடுறவனுக்குதான் பேட்டர்ன் புரியும்...அதுக்குள்ள அடுத்த நியூஸுக்குப் போய்டுவாங்க..."

"அப்போ இதுவும் false alarmமா ஐயா?"

"இல்ல...என் கணிப்பு சரியா இருந்தா... அவனோட திட்டம் ஒட்டுமொத்த ஊடகத்தோட கவனத்தையும் டெல்லி நோக்கி திருப்பறதுதான்...எந்த 3 வார்த்தையப் போட்டாலும் அந்த சுத்துவட்டாரத்துல உள்ள இடம்தான் வருது! எழுதி வேணும்னா பாக்குறீங்களா?"

16 - The Rebels

டிசம்பர் 12, 2020 –பிரதமர் ஆட்டரை நலம் விசாரித்து பிறந்தநாள் வாழ்த்தைப் பதிவிட்டிருந்தார். *(Scroll)*

வேளாண் மசோதாவின் ஷரத்துகளை எதிர்த்த விவசாயிகள் போராட்டம் நாடு தழுவியதானது. கனடா மற்றும் இங்கிலாந்தில் இந்தியத் தூதரங்களுக்கு எதிரில் அடையாளப் போராட்டங்கள் நடத்தப்பட்டபோது தடைசெய்யப்பட்ட இயக்கத்தின் ஊடுருவல் இருக்கலாம் என்று வெளியுறவுத்துறை அமைச்சகங்கள் புள்ளி வைத்தன **(Flash)**

தில்லிக்குள் அனுமதி மறுக்கப்பட்டதால் ரயில்கள் மக்கள் திரளால் நிறுத்தப்பட்டன, சுங்கச்சாவடிகள் திறந்துவிடப்பட்டன. ஒரு கோடி ஓட்டுநர்கள்கொண்ட லாரிகள், டிரக்குகள் மற்றும் பஸ்கள் உட்பட்ட மோட்டார் வாகனங்களின் குழுமம் வடமாநிலங்களில் அடையாள வேலை நிறுத்தத்தை விவசாயிகளுக்கு ஆதரவாக அறிவித்தது.

“ஏண்ணே உங்க சங்கம் இவ்வளவு கோவக்கார சங்கமா இருக்கு. போராட்டம்னா மொத ஆளா வந்து நிக்கிறீங்க.”

“அட ஏன் தம்பி இந்த நேஷனல் பர்மிட் வண்டிய ஓட்டுறவனெல்லாம் நேந்துவிடப்பட்டவங்க...பகல்...வெயில்... இருட்டு...மழைன்னு ஓட்டிக்கிட்டே இருக்கோம்...எங்க, எந்தப் பொருள நீங்க தயாரிக்கணும்னாலும் நாங்க தேவ...” செங்கல் நட்பு செங்கோட்டைவரை கூடவரும் என்ற கட்டியம் அவனுக்கு அப்போது தோன்றவில்லை.

“ஆமா உங்களுக்கு வருசம் முழுக்க சீஸன்தான்.”

“ஆமாமா...ஒரு படத்துலகூட வருமே முதலாளிகூட உட்கார்ந்தேதான் வேல பார்ப்பார்... நான் படுத்துக்கிட்டே தான் பார்ப்பேன்...அந்த மாதிரிதான்....”

“மொதலாளியெல்லாம் தனியாரா...இல்ல சர்க்கார் ஆளா... இப்படி வருமானம் பாதிச்சா சும்மா விடுவாங்களா”

“விவசாயத்திலிருந்து விமானம் வரைக்கும் எல்லா வியாபாரத்திலயும் நட்டம்னா முதல்ல கை வெக்கறது எங்க தொழில்லதான். தனியார் முதலாளி வால்தான்...தலை எங்க இருக்குன்னு யாருக்கும் தெரியாது...மாநில அரசாங்கங்களுக்கு நடுவுல இருக்கற பிரச்னைக்காக பந்த் பன்னிருக்கோம்... அதுக்கும் எங்க வாழ்க்கைக்கும் நேரடித் தொடர்பு இருந்ததில்ல...இந்தவாட்டி அப்படி இல்ல...மத்திய அரசுக்கு எதிரான இந்தப் போராட்டத்துல மாநிலமெல்லாம் நேரடியாவோ...மறைமுகமாவோ ஆதரிக்குது... எல்லாருமே பெரும்பாலும் விவசாயப் பின்புலத்திலேருந்து வந்தவங்கதான்... பார்க்கத்தானே போற... என் கூட வா”

மெரினா போராட்டக்களம் இந்த நூற்றாண்டின் புரட்சிக்கான அடையாளம். அதற்குப் பிறகு அப்படி ஒன்று நடக்கக்கூடாது என்றுதான் இப்படி ஒரு தொற்றை ஏவி விட்டிருக்கிறார்கள் என்று நம்பியவனுக்கு அந்தத் திடல் பெறும் உத்வேகத்தைக் கொடுத்தது.

அகிம்சை முறையில் நான்கு விதமான போராட்டங்களை தலைப்பாகை கட்டிய விவசாயிகள் மேற்கொண்டிருந்தனர்.

1) முற்றுகையிடுதல் 2) தர்னா 3) பாதையை மறித்தல் 4) தற்கொலை

நாட்டுக்கே உணவளிக்கும் அவர்களைப் பட்டினியில் சாகடிக்க மனம் வராமல் பல தன்னார்வலர்கள் அங்கே முகாமிட்டிருந்தனர்.

சமையல் கூடங்கள், மருத்துவ முகாம்கள், நிவாரணப் பொருள்கள் என போராட்டக்களம் பரபரப்பாக இருந்தது. சிலர் விவசாயக்கடன் காரணத்தால் தற்கொலை செய்துகொண்ட குடும்பத்தினரின் படத்தை ஏந்தியபடி பதாகைகளை எழுதிக்கொண்டிருந்தார்கள். தலைநகரின் முதல் அமைச்சர் போராட்டத்தை ஆதரிக்கும் விதமாக தர்ணாவில் இறங்கியதும் வட மாநில செய்தி ஊடகங்கள் அங்கே குவிந்திருந்தன. சில வருடங்களுக்கு முன்னால் தமிழக விவசாயிகளின் போராட்டத்தை வலுவிழக்கச் செய்ததுபோல் இந்தமுறை சாத்தியமில்லை என்றே

தோன்றியது. அப்போதும் அவர்களுக்கு உணவு வழங்கியது இதே அமைப்புதான். கல்வியை நோக்கி, புதிய வேலை வாய்ப்புகளை நோக்கி தமிழகம் நகர்ந்த அளவு இவர்கள் நகரவில்லை. சுதந்திர இந்தியாவிலும் விவசாயமும், ராணுவமும் அவர்களது வாழ்வியலாகவே நீடித்தது.

தனி நாடு கோரிக்கை, பிரதமரின் கொலையில் ஈடுபட்டவர்கள் என்ற துரோகச் சின்னமாக பார்க்கப்படுதல் என்று தமிழகத்துடன் பல ஒற்றுமைகள் சீக்கியர்களுக்கும் உண்டு. அதனால்தானோ என்னவோ அவர்களாலும் தேசியக் கருத்தாக்கத்தில் ஒன்ற முடியவில்லை. வடமாநிலங்களில் அவர்களின் பாதை மட்டும் தனி. தமிழர்களோடு அதிகம் தொடர்புடையவர்கள். ஹிந்தியை எதிர்த்து ஒரு காலத்தில் தமிழை ஆட்சி மொழியாகக் கொண்டவர்கள்.

ஒரு விவசாயக் குடும்பத்திலிருந்து வந்தவனுக்கு இந்தப் போராட்டத்தின் உணர்வுகள் புதிதல்ல. சிலரிடம் அறிமுகப்படுத்தி வைத்தார் நண்பர். அவர்களிடம் பேசியபோது தன்னையே அறியாமல் கண்கலங்கி நின்றான். இதுதான் அடுத்த நேரலையில் செல்ல சரியான நேரம் என்று தோன்றியது. அவர்கள் சென்ற வாகனமே ஒரு ஒளிபரப்புக்கூடமாக வடிவமைக்கப்பட்டிருந்தது.

“வணக்கம்! புதிய பாராளுமன்றக் கட்டிட வேலைகள் படு விரைவா நடந்துக்கிட்டிருக்கறப்போ தலைநகரை விவசாயிகள் முற்றுகையிட்டிருக்காங்க. கொரோனா காலத்துல இப்படி ஒரு கூட்டம் சாத்தியமா? எப்படி இவங்களுக்கு அனுமதி கெடச்சது? இது வெறும் அடையாளப் போராட்டமா? இவங்களோட கோரிக்கைகள் என்ன? இப்படி பல கேள்விகள் உங்களுக்கு வந்திருக்கும். சிலபேர்கிட்ட உங்கள அறிமுகப்படுத்தப் போறேன். அதற்குப் பிறகு உங்களுக்கு ஒரு தெளிவு கிடைக்கும்னு நம்புறேன்.”

“வணக்கம் டாக்டர். இங்க இருக்க மருத்துவ முகாம்ல ரொம்ப பரபரப்பா இயங்கிட்டு இருந்தீங்க... நிறைய பேருக்கு அடிப்படை முதலுதவிகளைச் சொல்லிக்கொடுத்துட்டு இருந்தீங்க...உங்களப் பத்தி சொல்லுங்க”

“நான் குடும்பத்தோட அமெரிக்கால குடியேறி 20 வருஷம் ஆச்சு. ஆனா என்னோட சொந்தங்கள் நிறையா பேர் இந்த மண்லதான் இருக்காங்க. விவசாயம் எங்க ரத்தத்துல ஊறிருக்கு. முதலில் நான் ஒரு விவசாயி. அதுக்கப்புறம் ஒரு பஞ்சாபி... அதுக்கப்புறம்தான் இந்தியன், மருத்துவன் எல்லாம்.

இந்தப் போராட்டம் தொடங்கும்போதிலிருந்தே நான் ரொம்பக் கூர்ந்து கவனிச்சிட்டேதான் இருக்கேன். 3 ஆண்டுகளாக இதயவியலில் சிறப்புப் பயிற்சி பெற்றுக்கொண்டிருக்கிறேன். தினம் 18 மணி நேரம் வேலை. அது முடிந்ததும் இரவு எல்லா செய்திகளையும் பார்த்துவிடுவேன்.

அப்படி ஒருமுறை போராட்டக்களத்தில் ஒருத்தர் விவசாயிக்கு தப்பா CPR சிகிச்சை குடுத்துகிட்டிருக்கிறத பார்த்தேன். மனசுக்கு என்னவோ மாதிரி இருந்துச்சு. எங்களுடைய தொண்டு நிறுவனம் மூலமா இங்கிருக்கும் சில மருத்துவர்களைத் தொடர்புகொண்டு ஒரு முகாம் அமைக்கலாம்னு எல்லாம் பேசினேன்.

அதுக்குள்ள எங்க குடும்பத்து பெரியவர் ஒருத்தர் மாரடைப்பால் உயிரிழந்த சேதி என்ன உலுக்கிடுச்சு. இதுக்கு மேல என்னால அங்க இருக்க முடியாதுன்னு தெரிஞ்சிடுச்சு. நேரா கௌம்பி வந்துட்டேன். இங்க வந்து பார்த்தா காய்ச்சல், வயிற்றுப்போக்கு, வாந்தி, மாரடைப்பு, இதய நோய், மன அழுத்தம், பயம் இப்படி பலவிதமான உபாதைகள்ல மக்கள் போராடுறாங்க. இதற்காகத்தான் நான் மருத்துவம் படிச்சேன் போலிருக்கு. ஜென்ம சாபல்யம்னு சொல்லுவாங்களே...அதை நான் உணர்றேன். இரவு, பகல் பார்க்காம இங்க எல்லோரும் ஏதாவது செஞ்சிக்கிட்டேதான் இருக்கோம். சோர்வே இல்லாம”

“சமூக இடைவெளி எதையுமே கடைபிடிக்காம இப்படி இருக்கும்போது கொரோனா பாதிப்பு அதிகரிக்காதா?”

“நான் வந்ததும் செய்த முதல் வேலை...கோமார்பிடிட்டி உள்ளவர்களைக் கண்டுபிடிச்சு அவங்களத் தனிமைப்படுத்துறதுதான். மூச்சுவிடுவதற்கு சிரமப்படுபவர்களை முடிஞ்ச அளவுக்கு போராட்டக் களத்திலிருந்து விலக்கிட்டோம்.

இந்தப் போராட்டத்தோட தீவிரத்தன்மைய மக்கள் புரிஞ்சிக்கணும். இந்த மசோதா மட்டும் சட்டமானால் இவங்கள்லாம் குடும்பத்தோட கடன் சுமை தாங்காம தற்கொலைதான் செஞ்சுக்க வேண்டி வரும். போராடிச் சாவது அதைவிட மேல் இல்லையா?"

"மிக்க நன்றி டாக்டர்!"

"நா கிஸான், நா துகான், நா மாலிக், நா சர்கார்" என்று முழங்கிவிட்டு மீண்டும் தன் கூடாரத்தை நோக்கி விரைந்தார்.

"பருவ மழைகள் பொய்க்கும்போதெல்லாம் பஞ்சம் தலைவிரித்து ஆடுது. மாநிலங்களுக்கிடையே நதிநீர்ப் பங்கீட்டுல பிரச்சன...புயல் வந்தா வெள்ளம் வந்து பயிர் நாசமாகுது...இது எல்லாத்துக்கும் தீர்வு தேசிய நதிகளை இணைக்கிறது...மாநில அரசால தீர்க்க முடியலைன்னுதான் நம்ம ஊர் விவசாயிங்க வந்து இங்க போராடினாங்க...பி.டி விதைகள்...மீத்தேன் விவகாரம் எல்லாம் உங்களுக்கும் தெரியும்...

ஆனா அதைவிட இது ஏன் இன்னும் பெரிய பிரச்னைன்னு உங்களுக்குப் புரியணும். அதனால நாம இங்க இருக்கிற விவசாயிகள் சங்கத்தின் தலைவர்கிட்ட பேசுவோம்"

"அய்யா வணக்கம்! இந்த மசோதா சட்டமாச்சுன்னா என்ன மாதிரியான பாதிப்புகள் ஏற்படும்னு மக்களுக்குப் புரியிற மாதிரி சொல்லுங்க"

"தம்பி! நாங்க மொரட்டு விவசாயிங்கதான். ஆனா வரட்டுப் பிடிவாதம் பிடிக்கும் முட்டாக் கூட்டமில்ல...

மன்மோகன் சிங் ஒரு சீக்கியர்தான்...அவருக்குப் பொருளாதாரம் தெரிஞ்ச அளவுக்கு விவசாயம் பிடிபடல... புள்ளி விவரம் புரிஞ்ச அளவுக்கு விவசாயிகள் வாழ்வாதாரம் புரியல...

'முதல் பசுமைப் புரட்சிக்குப் பிறகு உணவு உற்பத்தில தன்னிறைவு அடஞ்சது மட்டும் இல்லாம ஏற்றுமதி, பொது விநியோகம், பிற்காலத்திற்காக சேமித்தல்னு ஒரு புது பாய்ச்சலோட ஒரு தலைமுறை வளர்ந்துடுச்சு.

ஆனா இன்றைய தேதில இது பத்தாது. அடுத்த 20 வருடங்களில் நாம சந்திக்கப்போற பருவநிலை மாற்றத்தினால முப்பது சதவிகிதம் வரை நம்ம உற்பத்தித்திறன் பாதிக்கப்பட வாய்ப்பு இருக்கு. அதை நாம ஈடுகட்டணும்னா அடுத்த பசுமைப் புரட்சி தேவை'ன்னு முழங்கினார்.

நாங்க பள்ளிக்கூடம் தாண்டி படிக்காதவங்களா இருக்கலாம் தம்பி...உலக நடப்பு எங்களுக்கு அத்துப்படி...இரண்டாம் பசுமைப்புரட்சிங்கற பேர்ல அமெரிக்கா, ஆப்ரிக்க, ரஷியால என்ன நடந்ததுங்கறது வரலாறு. அதே தப்பை நாங்க செய்ய விரும்பல... எங்க ஆளுன்னு அவர மூடத்தனமா ஆதரிக்கவும் இல்ல...அதுல இருந்த சில நல்ல விசயங்கள் – நீர்ப்பாசன முறைகள், களைகளை எரிக்கும் முறை, பயிர் சுழற்சி இப்படிப்பட்டத எடுத்துக்கிட்டோம். போராட்டம், ஆர்ப்பாட்டமெல்லாம் பன்னாம அடக்க விலையில் கொள்முதல் செய்யும்போது...கொஞ்சம் கூடுதலா கொடுக்கச் சொன்னோம்...விவசாயத்தையே நம்பி இருக்கற வியட்நாம், தாய்லாந்துலகூட விற்பனை விலையில மூனில் ஒரு பங்கு கிடைக்குது... எங்களுக்கு கிடைக்கிறது அஞ்சுல ஒரு பங்கு.

இதுவரைக்கும் நாங்க கோரிக்கை வைக்கிறதும் அரசாங்கம் அதை பரிசீலனை செய்வதாச் சொல்றதும் ஒரு சடங்காவே இருந்துச்சு... இந்த மசோதா எங்க அடிமடியிலயே கை வைக்குது..."

"இரு கோடுகள் தத்துவம்னு சொல்லுவாங்களே...அப்படியா ?"

"நல்லா சொன்ன போ...கிட்டத்தட்ட அதேதான்... சுதந்திரத்துக்கு அப்புறம் நமக்கு நாமே அமச்சுக்கிட்ட அருமையான ஒரு நிறுவனம்னா அது நியாயவிலைக் கடைகள்தான். எங்கள்ல முக்காவாசிபேர் இதை நம்பிதான் பயிர் செய்யிறோம். இந்த மசோதா மட்டும் சட்டமாச்சுன்னா இந்தியா முழுக்க நியாயவிலைக்கடைன்னு ஒன்னு இருக்காது...எந்த நிர்ணயமோ கட்டுப்பாடோ இல்லாம அத்தியாவசியப் பொருளைக்கூட விலை ஏத்தலாம்...பெருமுதலாளிங்க எவ்வளவு வேணும்னாலும் பதுக்கலாம்...அன்னாடங்காச்சிங்களோட நிலை என்ன ஆகும் சொல்லு..."

"நல்லா புரியுதுங்கய்யா... நானெல்லாம் IR8 சாப்பிட்டு வளர்ந்தவன். 3 முக்கியமான திருத்தங்கள் சொல்றாங்க அது என்னென்ன...அதோட விளைவு எப்படி இருக்கும்?"

"முதல் மசோதா: கட்டற்ற விலை நிர்ணயமும் விநியோகமும். விவசாயிகள் மண்டிகளுக்கோ, மாநில அரசுக்கோ கட்டுப்படத் தேவையில்ல...சின்னச்சின்ன நிலம்/விளைச்சல் உள்ளவங்ககூட தரகர் இல்லாம நேரடியா அவங்க உற்பத்திய ஆன்லைன்ல சந்தைப்படுத்தலாம். கூட்டுப்பண்ணை முறைய ஒழிச்சாத்தான் பெரிய பெரிய ஆலைகளுக்கு அடிமாட்டு விலைல எடம் கிடைக்கும். எங்கள வச்சு ஆன்லைன்ல ரம்மி விளையாடுற மாதிரி இது.

இரண்டாம் மசோதா: ஒப்பந்த அடிப்படையில் நேரடியா விளைச்சலை குத்தகைக்கு எடுக்கலாம். "ஏற்கனவே மகசூலைக் காரணம் காட்டி, கண்ட விதை, கண்ட மருந்து அடிச்சு நிலத்த கெடுத்துக்கிட்டிருக்காங்க...ஒரு பெரிய அடுக்குமாடிக் குடியிருப்பு ஒரு விவசாயியோட நெலத்த குத்தகைக்கு எடுக்குறாங்கன்னு வைங்க...வருஷம் முழுக்க அவங்க தேவைக்கு ஏற்பதான் பயிரிடணும்...இது அதற்கான பருவமா இல்லையாங்கிற அக்கறை எல்லாம் வாங்கறவன் பிரச்னையில்லை... அயல்நாட்டு முதலீடு குவியும்போது வெதுவெதுப்பான தண்ணீரில் சுகமா இருக்குற தவளை மாதிரி ஆரம்பத்துல எல்லாம் சுகமாத்தான் இருக்கும். போகப்போக போகம் குறையும். விட்டதப் பிடிக்க இன்னும் ஒசத்தியான பயிர போடுறேன்னு இறங்குவான்...கடைசில அடில கொதிக்கிற சூட்ட உணரும்போது அவனால தப்பிக்க முடியாது."

"சுட்ட சோளம் திங்கிறவனோட corn flakes சாப்பிடுறவனுக்குத்தான் முன்னுரிமைன்னு ஆகிடும்... அப்படித்தானே?"

ஆம் என்பதுபோல் தலை அசைத்துவிட்டுத் தொடர்ந்தார்.

"மூன்றாம் மசோதா: அத்தியாவசியப் பொருள் பட்டியலிலிருந்து பருப்பு, தானியம், உருளை, வெங்காயம், சமையல் எண்ணை ஆகியவை நீக்கம். யார் வேண்டுமானாலும்

எவ்வளவு வேண்டுமானாலும் இருப்பு வைத்துக்கொள்ளலாம். பேரிடர், போர் போன்ற அசாத்திய நிலை வரும்பொழுது மட்டும் விலையைக் கட்டுக்குள் வைக்கவேண்டி வரம்புகள் கடைபிடிக்கப்படும்.

அசாதாரண சூழல்னு இவங்க சொல்றது விவசாயப் பொருட்கள் ஐம்பது சதவிகிதமும் தோட்டத்தில் விளையும் தேயிலை போன்ற பொருட்கள் நூறு சதவிகிதமும் விலை உயரும் நேரம். விலை ஏறுனதே தெரியாத அளவுக்கு நேக்கா காய் நகர்த்துவாங்க முதலாளிங்க. பனியாக்களின் துனியாவா இந்தியாவ ஆக்கப் பார்க்குறாங்க...அது நாங்க உயிரோட இருக்குற வரைக்கும் நடக்காது."

"உணவுதான் உலகத்தின் மிகப்பெரும் அரசியல்னு புரியற மாதிரி சொன்னீங்கய்யா. நாம சாப்பிடும் ஒவ்வொரு பருக்கைலயும் அதை விளைவிச்ச விவசாயியோட ரத்தம் கலந்திருக்கு. இந்தப் பெரியவரின் பேச்சிலிருந்து இந்தப் போராட்டத்தோட வீரியம் புரிந்திருக்கும். அடுத்து நாம சமையல் கூடத்தில் ஒரு முக்கியமான நபரை சந்திப்போம்."

"ஜெயிலர் அய்யா வணக்கம். நீங்க பதவிக் காலம் முடியும் முன்னாடியே விருப்ப ஓய்வுபெற என்ன காரணம். இந்தப் போராட்டத்தில் உங்கள எப்படி ஈடுபடுத்திக்கிட்டீங்க"

"81 வயசுல எங்க அம்மாதான் இன்னும் வயல் வேலைகளைப் பார்த்துக்குறாங்க. ஜாலியன் வாலாபாக் படுகொலையில் பாதிக்கப்பட்ட கதைகளக் கேட்டு வளர்ந்தவன் நான். எனக்கு இன்னும் மூனு வருஷம் பதவிக்காலம் இருக்கு. ஆனா என் அண்ணன் தம்பிங்க மேலயே கண்ணீர்ப்புகை குண்டு வீசவும், லத்தி சார்ஜ் செய்யவும், தண்ணீரைப் பாய்ச்சி அடிக்கவும், சிறையில் அடைக்கவும் எனக்கு மனசு வரல...இன்னோர் ஜாலியன் வாலாபாக்கை பார்க்குற தெம்பு எனக்கில்ல. அதுதான் ராஜினாமா பன்னிட்டேன். இப்போ நிம்மதியா இந்த சமையல்கூடத்து மளிகைப் பொருளைப் பராமரிக்கும் வேலையைப் பார்க்குறேன்."

“அய்யா இந்தப் போராட்டத்திற்கு பிரிவினைவாத சக்திகள் வெளிநாடுகள்லிருந்து தொடர்ந்து நிதியுதவி செய்யிறதா சொல்றாங்க. இது நம் இறையாண்மைக்கு எதிரான செயல் இல்லையா?”

“நீங்க எந்த ஊர்லேர்ந்து வர்றீங்க?”

“தமிழ்நாடு”

“உங்க ஊர்ல மெரினா போராட்டம், ஸ்டெர்லைட் போராட்டமெல்லாம் நடக்கும்போது இதையேத்தானே சொன்னாங்க. இதுதான் அமைதி வழியில் போராடுபவர்களைக் கலைப்பதற்கான உத்தி.

ஓர் இனத்தின் போராட்டத்தில் அதன் புலம்பெயர்ந்த சகோதரர்கள் எப்படி பங்கெடுக்க முடியும். இதுபோன்ற உதவிகளைச் செய்வதால்தான். எப்படி முள்ளிவாய்க்கால் கடைசிகட்டப் போர் நடந்தப்போ நீங்க துடிச்சீங்களோ அதேபோலத்தான் இதுவும். உலகம் முழுக்க இருக்கும் இந்தியத் தூதரகங்கள் முன்னால் எம் மக்கள் அடையாளப் போராட்டம் செய்யுறாங்க. நம்ம நாட்டு மக்கள் மட்டுமில்ல வெளிநாட்டுப் பிரபலங்கள்கூட சமூக வலைதளங்கள்ல இந்தப் போராட்டத்துக்கு அவங்களோட ஆதரவத் தெரிவிச்சிக்கிட்டே இருக்காங்க.

ஒரு நாட்டோட வெளியுறவுக் கொள்கைகள் எப்படி அமையுதோ அதைப் பொறுத்துதான் போர்க்காலத்தில் அதோட தலையெழுத்து அமையும். ஓர் உதாரணம் சொல்றேன்.இந்தியப் பிரதமர்கள் எல்லாருமே இதுவரை பாலஸ்தீனத்தையே ஆதரிச்சிருக்காங்க. யூத அடிப்படைவாதம் பாராட்டும் இஸ்ரேல் பக்கம் அல்ல. யாஸர் அராஃபத்திற்கு முதலில் ஆதரவுக் குரல் கொடுத்த தேசமிது. அவருக்கு சிறப்பு விமானம் ஒன்றைப் பரிசளித்து அழகு பார்த்தது. ஆஸ்லோ சமாதானப் பேச்சுவார்த்தைகளுக்காக நோபல் பரிசு வென்ற போராளி அவர். இன்றைய அரசின் நிலைப்பாடு என்ன?” கேள்வி கேட்பதுபோல் புருவத்தை உயர்த்தினார்.

“இஸ்ரேல் ஆதரவு?” என்று இழுத்தான்.

அவர் விடுவதாக இல்லை.

"ஆம்! அதன் விளைவு?" என்றார்.

"தமிழர்களுக்கு முன்பு அதிக இனப்படுகொலைகளுக்கு ஆளானவர்கள் யூதர்கள். இருந்தும் அவங்க ஏன்?..."

அவன் முடிக்க மாட்டான் என்று தெரிந்து அவர் தொடர்ந்தார்.

"நம்ம இங்கப் போராடிக்கிட்டு இருக்கற இதே நேரத்தில் காஸா பகுதியில் பாலஸ்தீனியர்கள் போராட ஆரம்பிச்சிருக்காங்க... இந்தமுறை அத வழிநடத்துறது அராஃபத் ஆதரித்த மதச்சார்பற்ற ஃபட்டா அமைப்பில்ல....ஹமாஸ் எனும் இஸ்லாமிய அடிப்படைவாத அமைப்பு.. அதையே பாலஸ்தீனிய மக்களின் நிலைப்பாடாக எடுத்துக்கொண்டு நாளை வளைகுடா நாடுகள் இஸ்ரேல் பக்கம் நின்றால் அதற்குப் பின்னால் இருப்பது அமெரிக்காவும் பிரிட்டனும்தான் என்று நமக்குத் தெரியும்.... சரியா?"

இவரிடம் எப்படி தர்க்கம் செய்ய....ஆமோதித்தான்...

"விடுதலைப் புலிகளைத் தடைசெய்யப்பட்ட இயக்கமா அறிவிச்சாங்க...அதேபோலத்தான் எங்களுடைய காலிஸ்தான் இயக்கமும்...என்ன காரணம்"

"தனி நாடு கோரிக்கை...பிரதமர் கொலை"

"அப்போ காந்திய சுட்டுக்கொன்ன ஆரெஸெஸ் மூன்றுமுறை தடைசெய்யப்பட்ட அடிப்படைவாத இயக்கம். அந்த இயக்கம் பின்னாடி இருந்து இயக்கும் ஒரு அரசின் நிலைப்பாட்ட நம்மோட நிலைப்பாடா உலகம் பார்த்தா என்னவாகும்?"

புரிந்த மாதிரியும் புரியாத மாதிரியும் ஒரே சமயத்தில். இதற்குமுன் கல்லூரி நாட்களில் வைவா ஞாபகங்கள் வந்தது அவனுக்கு.

"உலகம் முழுக்க இருக்கும் இந்தியர்களின் ஆதரவு எப்போ குறையிதோ அப்போ மறுபடியும் ஜாலியன் வாலாபாக் துன்பியல் சம்பவம் நடக்கும். அதைத் தடுக்கத்தான் என் போன்றவர்கள் உள்ள இருக்கோம்."

இருவரும் முகக்கவசத்தைக் கீழே இறக்கி மக்களுக்கு நன்றி சொல்லி நேரலையை முடித்தனர்.

"யார் சார் இவன்! என்ன மோட்டிவோட இதெல்லாம் செய்யுறான். பெரிய சே குவாரான்னு நெனப்பா இவனுக்கு."

"வசம்மா சிக்கிருக்கான். அவனுக்கு இனி ரெண்டே வழிதான் இருக்கு."

"தப்பிச்சிடுவானா சார் ?"

"இல்ல உயிர் பிழைக்க"

"வயசு கொஞ்சம். அதனால தொற்று ஏற்பட்டாலும் உயிர் பொழச்சிடுவான். அதற்கு சரியான இடம்தான் அது. அடுத்த மாசம் தடுப்பூசி வந்திடும். உலகத்தோட 18 விழுக்காடு மக்கள்தொகையைக்கொண்ட நாடு இது. இவன் சொன்ன கட்டுக்கதையெல்லாம் நம்பி ஊசி போட முகாம்களுக்கு வராம யாரும் இருக்க மாட்டாங்க...இவனும் வருவான்....அப்பத் தூக்கிடலாம்"

"தடுப்பூசியையும் அந்த டாக்டர் எந்த ஆதாரமும் இல்லாம போட்டு விட்டாருன்னா என்ன சார் செய்வோம் ?"

"இப்படியே அமைதியா இந்தப் போராட்டம் நீடிக்காது. நீடிக்கவும் விடமாட்டோம். இந்த ஜெய்லர் மேல எல்லாம் ஏற்கனவே கோர்ட் அவமதிப்பு வழக்கு இருக்கு. ஒரு கலவரம் வரும். அங்க இந்தப் பொடியன அடிச்சுத் தூக்குவோம்"

மஞ்சப்பை சலனமே இல்லாமல் சிரித்தார்.

17 - The Castling

ஜனவரி 9, 2021 –சீனாவின் வூஹான் மாநிலத்தில் கொரோனோவால் ஏற்பட்ட முதல் உயிரிழப்பு நிகழ்ந்து சரியாக ஓராண்டு முடிந்தது. *(Scroll)*

மே 2020ற்குப் பிறகு முதல் கொரோனா உயிரிழப்பை சீனா அறிவித்த நிலையில் உலக சுகாதார நிறுவனத்தின் நிபுணர் குழு தொற்றின் ஆரம்பத்தைப் பற்றிய விசாரணையைத் தொடங்க வூஹான் நோக்கி புறப்பட்டது. **(Flash)**

"அந்தப் பொண்ணோட வீடு கண்டெயின்மண்ட் ஸோன்லயா இருக்கு. மருந்தடிக்கப் போறவங்கள அப்பப்போ ஆள் நடமாட்டம் இருக்கான்னு பார்த்து சொல்லச் சொன்னனே ? என்னாச்சு ?"

"சார் படப்பிடிப்பு முதல்கட்டம் முடிஞ்சிட்டதால அவ அம்மா அப்பாவப் பாக்க ஊருக்கு போய்ட்டதா தகவல்"

"என்னது ஊருக்குப் போயிருக்காளா ? யோவ் அவங்க அம்மா அப்பா இருக்கறது சிங்கைல. இன்னும் சர்வதேச விமானப் போக்குவரத்து தொடங்கவே இல்ல. அப்புறம் என்ன ப்ரைவேட் ஜெட் வெச்சுக்கிட்டு போனாளா ? உங்களயெல்லாம் !"

"சார் இவ்வளவு நாளா அந்த சிலோன் பொண்ணுதான் இந்தப் பொண்ணு மாதிரியே ட்ரெஸ் பன்னிட்டு வந்துகதவு தொறந்திருக்கு...சரி ஆள் இருக்குன்னு நாங்களும் உங்களுக்கு எதுவும் தகவல் கொடுக்கல... இன்னிக்குதான் ஜூரம் வந்து பயந்துபோய் மாஸ்கக் கழட்டி மருந்து மாத்திரை கேட்டிருக்கு... அத வச்சுத்தான் நம்ம ஆளுங்க அலெர்ட் பன்னாங்க"

"ஒருத்தனோட இம்ஸயே தாங்கல...இனி இதுபோய் கூட சேர்ந்துகிட்டு என்ன செய்யக் காத்திருக்கோ ? எல்லா சோசியல் மீடியாவிலயும் எது திடீர்னு டிரெண்டிங் ஆகுதுன்னு பார்த்துக்கிட்டே இருங்கய்யா...அதுதான் அடுத்து என்ன நடக்கப்போகுதுங்கறதுக்கான க்ளூ...எழவு நம்ம வாய்லயும் இந்த

யூ—ட்யூப் வார்த்தையெல்லாம் வருது....கருமம்”

“இப்பல்லாம் சினிமா செய்தியில்ல...அரசியல் செய்தி, அன்றாட நாட்டு நடப்பு வெச்சே வரவர டைம் பாஸ் பன்றானுங்க... இந்த 24 மணிநேர செய்திச்சேனல் எல்லாம் இனி ஏறக்கட்ட வேண்டியதுதான் போல”

மீமாண்டி ஆரம்பித்து வைத்த தீ

சென்னை கடலோரப் பகுதிகளில் கான்க்ரீட்டில் மழைநீர் வடிகால் ஸ்மார்ட் சிட்டி முன்னெடுப்பின் ஒரு பகுதியாகப் பல இடங்களில் துவங்கப்பட்டிருக்கிறது. இது குறித்து அந்தப் பகுதிவாழ் மக்களிடம் பேசியபோது.

“40 வருஷமா இந்த பீச் வில்லால இருக்கேன். என் நினைவு தெரிஞ்சி இங்க எவ்வளவு மழை பேஞ்சாலும் தன்னி தேங்கினதே இல்ல”

“இப்படி கான்க்ரீட்டில் கட்டுறதால சாக்கடத் தண்ணி கலக்கும்”

“கடல் மண் இயற்கையா தண்ணீரை நிலத்தடிநீர் வாயிலாகக் கடலில் சேர்க்கும். இந்தமாதிரி செய்யிறதால ஆமைகளோட இனப்பெருக்கம் பாதிக்கும்.”

உடனே இந்தச் செய்தி சென்னை மாநகராட்சியின் கலெக்டரிடம் கொண்டுசெல்லப்பட்டது.

“முடிந்த அளவு நேச்சுரல் அக்கும்ஃபையர்களை பாதிக்காமதான் இத செஞ்சிருக்கோம். அதிகபட்சம் 1 கிமீ தூரம்தான் தவிர்க்க முடியாமல் தோண்ட வேண்டியதாப் போச்சு. மற்றபடி கடற்கரை அல்லாத பகுதிகளில் இது மழைநீரை கடலுக்குக் கொண்டுசெல்வதில் உபயோகமா இருக்கும்.”

ஜிகர் ஜங்ஷன் மதுரை அவனியாபுரம் ஜல்லிக்கட்டைப் பற்றிய செய்திகளை வெளியிட்டது.

மத்தியில் இருந்து எதிர்க்கட்சியின் முக்கிய பிரமுகர் தில்லியில் நடக்கும் விவசாயிகள் போராட்டத்திற்கு ஆதரவு தெரிவிக்கும்விதமாக நேரில் கலந்துகொண்டிருக்கிறார்.

அவர் பேசுகையில் "திமிலேறிய காளைகள் நம் நாட்டு விவசாயிகளின் அடையாளம். ஸ்பெயின், மெக்ஸிகோ போன்று உலகின் பல்வேறு நாடுகளின் பாரம்பரிய விளையாட்டுகளில் இது ஒன்று" என்றார்.

உடனே கமெண்டில் ஒருவர் பதிவு விவாதமாக மாறியது.

"சில ஆண்டுகளுக்கு முன்வரை பீட்டாவின் கடும் ஆதரவாளர்களாக இருந்தவர்கள் சட்டமன்றத் தேர்தல் நெருங்குவதால் இந்த நிலைப்பாட்டை எடுத்திருக்கக்கூடும்"

"சார்... அநேகமா அந்தப் பொண்ணு மதுரைக்குத்தான் போயிருக்கணும்...இவனோட அம்மா அப்பாவ சேஃப்டி பண்ண"

"சரியா அவங்க போட்ட ப்ளான்ல நூல் பிடிச்ச மாதிரி போறீங்க...வாழ்த்துகள்"

"சார் ஒன்னு கேட்டா தப்பா நெனச்சுக்க மாட்டீங்களே ?"

"கேக்கலன்னாதான் கோச்சுப்பேன்...கேளு"

"நீங்க எந்த சமூக வலைதளத்துலயும் இல்ல. எதுவும் ஃபேக் ஐடி வச்சிருக்கீங்களா ? இல்ல வேற எதுவும் அல்காரிதம் யூஸ் பன்றீங்களா ?"

"இந்த சேட்டலைட்டோட சேட்டையெல்லாம் நம்பாம... முன்னாடி எப்படி நாம ஒரு ஏரியாவுக்கு வழிகேட்டு போவோமோ... அப்படி யோசிக்கிறேன்"

கடல்லயே இல்லயாம் சேனலில் ஒரு பரபரப்பான நேரலையை காவல்துறை அதிகாரி ஒருவர் அனைவரின் கவனத்திற்கும் கொண்டுவந்தார்.

"அய்யா வணக்கம் ! 2017இல் நீங்க ஜந்தர் மந்தரில் நடத்தின போராட்டம் பயங்கர உக்கிரமானது. எலிக்கறி, மலம் உண்ணுதல், பாதி மீசை மழித்தல், மண்டையோடு மாலைன்னு தெறிக்கவிட்டீங்க...ஆனா ஏன் உங்க போராட்டத்துக்கு கிடைக்காத அரசோட கவனம் இந்தப் போராட்டத்துக்குக் கெடச்சதா நீங்க நினைக்கிறீங்க ?"

“வணக்கம்மா! வேற வேற உத்திகளை நாங்க கையாண்டது என்னமோ உண்மைதான். ஆனா இப்போதைய கடும் தில்லி குளிர எங்களால தாங்கியிருக்க முடியுமான்னு சந்தேகம்தான். அடிப்படையா எங்க போராட்டத்தோட நோக்கம் வேற, அவங்க போராட்டத்தோட நோக்கம் வேற...இருந்தாலும் எங்களோட உடம்புதான் இங்க இருக்கே தவிர மனசெல்லாம் அங்கதான் இருக்கு...200 பேர் ரயிலில் போக டிக்கெட் போட்டோம்... ரத்தாகிடுச்சு...அடையாளப் போராட்டங்கள் இங்கேயும் நடத்துறோம். முக்கியமான வித்தியாசத்த முதல்ல நான் சொல்லிடுறேன்.”

“1. நாங்க நடத்துன போராட்டம் தமிழ்நாட்டை மட்டும் பாதிக்கிற விஷயம் – பருவ மழை... நதிநீர் இணைப்பு, விவசாயக்கடன் தள்ளுபடிக்காக நாங்க போராடினோம்.

இப்போ தில்லில நடக்குறது வெறும் பஞ்சாப் விவசாயிகள் போராட்டமில்ல. பெரும்பான்மையா அவங்க இருக்கறதால அப்படி தெரியுது. அதில் 6 மாநிலங்களைச் சேர்ந்த விவசாயிகள் ஈடுபட்டிருக்காங்க. இந்தப் புதிய விவசாய மசோதாவால அதிக பாதிப்பு அவங்களுக்குத்தான்”

“இப்ப மத்தியில் ஆளும் கட்சிக்கு ஆதரவான நிலைப்பாட்டிலிருந்து நீங்க எப்போ? ஏன்? மாறினீங்க”

“அடிப்படைக் கொள்முதல் விலையை மும்மடங்கா நாங்க ஆட்சிக்கு வந்தா மாத்துவோம்னு சொன்னாங்க...

மைக்ரோசாஃப்ட் அதிபர் இயக்கும் மான்சாண்டோ போன்ற பன்னாட்டு நிறுவனங்கள் பரப்பும் மரபணு மாற்று விதைகளைப் பத்தி நவதானியம் நாட்டு விதை மீட்பு அமைப்பைச் சேர்ந்த வந்தனா சிவா அம்மையார் விவசாயிங்களுக்குப் புரிய வச்சாங்க. இயற்கை பூச்சிக்கொல்லிகள் பத்தி நம்மாழ்வார் அய்யாவோட ஆலோசனைகளை அவங்க இந்தியா முழுக்க எடுத்திட்டுப் போனாங்க.

நாங்கள் ஆட்சிக்கு வந்தா மான்ஸாண்டோவ ஒழிப்பேன்னு சொன்னாங்க...ஆட்சிக்கு வந்த பிறகு அது எல்லாத்தையும்

காத்துல பறக்க விட்டுட்டாங்க... இந்த மசோதாப்படி ஒரு தனியார் நிறுவனம் நிர்ணயிக்கும் தரத்துக்குத் தகுந்தமாதிரி விதைகளையும் அதுதான் தரும். பூச்சிக்கொல்லியையும் அதுதான் தரும். மண்ணை மலடாக்கிட்டு அடுத்த பலியாடத் தேடும்.

இந்த விற்பனையில் எழும் தகராறுகளை சிவில் நீதிமன்றங்கள் விசாரிக்காது. அப்படித்தான் சட்டமே இயற்றிருக்காங்க.

என்ன ? மிஞ்சி மிஞ்சிப்போனா வருவாய்த்துறை அதிகாரியான கோட்டாட்சியரிடம் முறையிடலாம். அவர் தீர்ப்புமீது மாவட்ட ஆட்சியரிடம் மேல்முறையீடு செய்யலாம். இதுபோன்ற தகராறுகளில் பாதிக்குப் பாதியாவது தீர்வு கிடைப்பது நீதிமன்றங்கள் மூலம்தான்.

ஆனா வருவாய்த்துறை அதிகாரிகள், அரசாங்கத்தால் அதன் மூலம் ஆளுங்கட்சியால் நியமிக்கப்படுகிறவர்கள். இதனால் இவர்கள் மூலம், நிறுவனங்களுக்கு எதிரான வழக்குகளில் விவசாயிகள் நீதியைப் பெற முடியாது. இவங்க இத நோக்கித்தான் போவாங்கன்னு அப்பவே நாங்க கணிச்சிட்டோம்...அதுனாலதான் விலகினோம்”

“ரொம்பத் தெளிவா சொன்னீங்கய்யா....கடைசியா ஒரு கேள்வி: முற்றுகையிடுதல் அமைதி வழிப்போராட்டத்தின் ஒருவகைதான்... ஆனா நீங்க ரிசர்வ் வங்கிய முற்றுகையிட்டப்போ கைதானீங்க...அப்போதைய மனநிலை என்னவா இருந்துச்சு... அதைத் தவிர்த்திருந்தா விளைவு சாதகமா இருந்திருக்குமா ?”

“அறவழிப் போராட்டத்தோட கடைசி கட்டம்தான் முற்றுகையிடுதல்...கைதாவோம்னு தெரிஞ்சேதான் அதை முன்னெடுத்தோம்...அப்படியாவது பிரதமரையோ, உள்துறை அமைச்சரையோ சந்திச்சிட மாட்டோமாங்கற ஆதங்கத்தின் வெளிப்பாடுதான் அது...அதை அப்போ செய்யாவிட்டால் போராட்டம் நீர்த்துபோயிருக்கும். இப்ப தில்லில நடக்குற போராட்டமும் அதை நோக்கித் தள்ளப்படாம சுமூகமான தீர்வை எட்டணும்னு பிரார்த்திக்கிறேன்”

“நன்றி அய்யா ! உழவர் திருநாள் வாழ்த்துகள்”

"சார் அந்தப்பொண்ணு முகத்தயே காட்டல....குரல் மட்டும்தான் வந்துச்சு... நிச்சயமா இது அவதான் சார்...திருச்சி காவல் துறைக்கு தகவல் கொடுத்தா புடிச்சிடலாம்"

"அவ அங்கயே இருக்கட்டும்... அதுதான் நமக்கும் நல்லது... அவ கொடுக்க வேண்டிய சிக்னலக் குடுத்துட்டா... நாம தகவல் கொடுக்க வேண்டியது தில்லிக்கு... சலோ!"

ட்விட்டரில் "ரங் தே பஸந்தி" படம் பற்றிய விவாதம் ட்ரெண்டாகிக்கொண்டிருந்தது...

18 -The New beginning

ஜனவரி 27, 2021 – என்னையும் ஃபாஜியையும் தொடர்புபடுத்தி பொதுவெளியில் இடப்படும் கொரோனா பரப்புரைகள் உண்மையில் அமெரிக்காவின் வெளியுறவுப் போக்கை பாதிக்கும். இப்படி ஒரு பேரிடரை மனிதகுலம் சந்திக்கும் வாய்ப்பு இருக்கிறது என்று கணித்த எங்களால் இப்படி சித்தரிக்கப்படுவோம் என்பதை கணிக்க முடியவில்லை என்பது வேடிக்கையாகத்தான் இருக்கிறது – பில் கேட்ஸ். *(Scroll)*

இந்தியாவில் முன்களப் பணியாளர்களுக்கு முதற்கட்டமாக நாடு முழுவதும் 3000க்கும் மேற்பட்ட முகாம்களில் தடுப்பூசி அளிக்கப்பட்டது. **(Flash)**

அதே பாந்தமான முகம். கழுத்தில் பட்டை. இன்னும் நித்திரை கலையாமல் அம்மா மடியில் பாலுண்ணும் 5 குட்டிகள். கிரின் எப்படி இடம்பெயராமல் இருந்தாள். அடுத்த ஈடு குட்டிகளைப் பார்த்ததும் கண்ணீர் மல்கியது.

“இரு காலினிடையிலே உரசும் பூனையாய் வாழ்க்கை போதும் அடடா” என்ற வரிகள் நினைவுக்கு வந்தன.

அம்மாவும், அப்பாவும், அவளும் நங்கையும் தன்னை வரவேற்கக் காத்திருப்பார்கள் என்று அவன் எதிர்ப்பார்க்கவில்லை.

இதில் மற்ற எல்லோரையும்விட நங்கையின் பங்கு மிகவும் பெரியது. கிட்டத்தட்ட ஒரு வருடமாகிவிட்டது அவள் ஊரை, மக்களை விட்டு வந்து. முதன்முதலில் அவளும் கட்டியங்காரனாக இயங்குவது ஆட்டர்தான் என்ற எண்ணத்தில் தன்னுடைய புகைப்படங்களைப் பகிர்வது, வாய்ப்பு கேட்பது இப்படி பேச முற்பட்டபோதும் கண்ணியமாக அவன் நடந்துகொண்டான். அந்த வாய்ப்பைப் பயன்படுத்தி தகாத முறையில் பழகவில்லை.

ஒரு கட்டத்தில் நாளை காலை நான் உங்கள் வீட்டு வாசலில் நிற்பேன் என்று அவள் பயணச் சீட்டைப் பதிவிட்டதும் பதறி

அடித்துக்கொண்டு நான் அவரில்லை என்பதை முதன்முதலில் அவளிடம்தான் சொன்னான். அதன் பிறகு அனோனியுடைய டப்ஸ்மேஷ் வீடியோக்களைக்காட்டி தமிழ் திரையுலகு வாய்ப்பு வேண்டும் என்றால் டிக் டாக், ஸ்மியூல் போன்ற செயலிகளில் சென்று பதிவிடச் சொன்னான். சரியான சந்தர்ப்பத்தில் அவளை நடிக்க வைத்தான்.

அதற்கு கைமாறாக அவள் அவன் குடும்பத்தோடு யாருடைய சந்தேக வலையிலும் சிக்காமல் ஓர் இணைப்புப் பாலமாக செயல்பட்டாள்.

கடந்த ஒரு வாரத்தில் எந்நேரமும் கைதாவதையோ, சுட்டுக்கொல்லப்படுவதையோ எதிர்பார்த்தவனுக்கு இது எல்லாம் எதார்த்ததை மீறியதாக இருந்தது. வீட்டுக்கு வந்ததும் யாரையும் கட்டித்தழுவ முடியவில்லை. தனி அறையில் தன்னையே தனிமைபடுத்திக்கொண்டான். வாசமோ, சுவையோ இன்னும் புலப்படவில்லை. அதற்கு காரணம் போராட்டக்களத்தில் புகை மண்டலத்தில், வெட்டவெளியில் பல நாட்கள் இருந்ததாகக்கூட இருக்கலாம். தொற்றாகத்தான் இருக்கவேண்டும் என்ற கட்டாயமில்லை. இருந்தாலும் அந்தத் தனிமை அவனுக்குத் தேவைப்பட்டது: நடந்த எல்லாவற்றையும் ஒருமுறை நினைவுகூற. வெளியில் செல்லும்போது தீர்க்கமான ஒரு மனிதனாக உலகை எதிர்கொள்ள.

அமைதியாகப் போய்க்கொண்டிருந்த போராட்டம் திடீரென்று யுத்தக்களமாக மாறியது. குடியரசு தினத்தன்று செங்கோட்டைக்குப் படையெடுத்த பல்லாயிரம் டிராக்டர்களில் அவனும் இருந்தான். ஜெயிலரோ, மருத்துவரோ விவரம் அறியவில்லை. நிலைமை யாருடைய கட்டுக்கும் அடங்காமல் போய்க்கொண்டிருந்தது.

தடைசெய்யப்பட்ட கொடியை ஏற்றியவன் ஒரு நடிகன் என்று தெரிந்துகொண்டான். போராட்டத்தில் அவன் கலந்துகொள்ள ஆரம்பித்தது முதலே அதன் தன்மை மாறியதை உணரமுடிந்தது.

சூழலியல் சார்ந்து உலக அரங்கில் ஒலிக்கும் முக்கியக் குரலான க்ரீட்டா தன்பர்கின் இந்திய சகாவான பெண்ணும் போராட்டக்களத்திலிருந்து கைது செய்து அகற்றப்பட்டாள்.

இப்படிப்பலர் உளவுத்துறையின் பட்டியலில் இருந்தார்கள். தன்னை மட்டும் யாரோ ஒருவர் மஞ்சப்பையுடன் வந்து மத்தியப்பிரதேசம், தெலுங்கானா வழி டிராக்டர், லாரி என்று மாறி மாறி சென்னை கூட்டிச்சென்றார். அவர் நடந்த எல்லாவற்றையும் விளக்கினார்.

“பாஞ்சாலி உன்னிடத்தில் சேலை கேட்டாள்
அந்த பார்த்தனவன் உன்னிடத்தில் கீதை கேட்டான்
நானிருக்கும் நிலையில் உன்னை என்ன கேட்பேன்
இன்னும் நன்மை செய்து துன்பம் வாங்கும்
உள்ளம் கேட்பேன்
நன்மை செய்து துன்பம் வாங்கும்
உள்ளம் கேட்பேன்”

லாரியில் ஒலித்த பாடல் முடியும்போது ஆட்டரே நேரலையில் வந்து ஆதரவாகப் பேசியுள்ளார். இந்த திடீர் மாற்றத்திற்குக் காரணம் அவர் மகன் என்று புரிந்துகொண்டான்.

“கட்டியங்காரன் இருக்கும் இடத்தில் இன்னேரம் தொலைதொடர்பு அற்றுப் போயிருக்கும். அவருடன் தொடர்பில் இருக்கும் யாராவது இந்தத் தகவலை அவரிடம் சேர்க்கும்படி கேட்டுக்கொள்கிறேன். அவர்மீது கொடுத்த புகாரை நான் திரும்பப் பெற்றுக்கொள்கிறேன். என் பெயரைப் பயன்படுத்தி cheap publicity தேடுபவர்கள் மத்தியில் இந்த இளைஞன் செயல்பாட்டின் வழியாக தன் நோக்கத்தை நிரூபித்துள்ளான். கருத்து சுதந்திரம் இந்த நாட்டில் எல்லோருக்கும் இருக்கிறது. அதைக் கிளர்ச்சிக்குப் பயன்படுத்தாமல் தெளிவு பிறக்கப் பயன்படுத்தும் பக்குவம் அவருக்கு வாய்க்க இன்னும் நாட்கள் ஆகலாம். அதற்குள் ஒரு தவறான அடையாளத்தை உருவாக்கிக்கொண்டு அதிலிருந்து மீள்வதற்கு வாழ்நாள் முழுவதும் போராடும் நிலைக்கு அவர் தள்ளப்பட்டுவிடக்கூடாது என்பதற்காகத்தான் இந்த நேரலை.

ஒரு விதத்தில் இந்தத் தலைமுறையிடமிருந்து நான் கற்றுக்கொண்ட பாடமிது...இனி என்னுடைய தனிப்பட்ட நிலைப்பாட்டையும் தொடர்ந்து வெளியிடுவேன். முதலில் கொரோனா பற்றி என்னுடைய நிலைப்பாடு, “எப்போது வேட்டை

சமூகத்திலிருந்து வேளாண் சமூகமாக மாறினோமோ, அப்போதே நாம் எல்லாவிதமான அத்துமீறல்களையும் தொடங்கிவிட்டோம். மீண்டும் கற்காலத்திற்கு செல்ல வாய்ப்பு இல்லை. தீவுகளில் வாழ்ந்தாலேவொழிய தொற்றிலிருந்து எந்த நாடும் தப்ப முடியாது. அங்கும் கூட வலசைக்கு வரும் பறவைகளால் தொற்று ஏற்பட வாய்ப்புண்டு. ஆகவே இந்த நேரத்தில் தடுப்பூசியை நாம் மறுதலிக்கக்கூடாது.

இந்த நேரத்தில் அரசுக்கு நான் ஒரு கோரிக்கையை முன்வைக்கிறேன். வரலாறு நெடுக இதுபோன்ற பேரிடர்க் காலங்களில் பணம் படைத்தவர்களுக்குத் தடுப்பூசி, மருந்து வழங்குவது ஐரோப்பாவாகவும் வளர்ந்து வரும் அல்லது வறுமையில் வாடும் நாடுகளுக்கு நேசக்கரம் நீட்டும் நாடாக இந்தியாவாகவும் இருந்திருக்கிறது. அதே நிலைப்பாட்டிலிருந்து இப்போதும் செயல்பட வேண்டும். சீனாவும் ரஷ்யாவும் ஒரு சந்தர்ப்பத்திர்காக காத்திருக்கிறார்கள். அவர்கள் அதை வியாபாரமாக்குவார்கள்.

உலக யுத்தங்களின் ஆரம்பப்புள்ளிக்கு சென்று பார்த்தால் நேரடியாகப் பாதிக்கப்படாத நாடுகளை நட்பு நாடுகள் உதவிக்கு அழைக்கும். இன்று அப்படி செய்த பல நாடுகள் தன் தவறை நினைத்து வருந்துகின்றன. இருந்தாலும் எங்கோ ஒரு மூலையில் அந்த வன்மத்தின் சொச்சம் இருக்குமோ என்ற எண்ணத்தின் எச்சம் நம்மிடம் இருப்பது இயல்புதான்.

நடுநிலை வகிக்கிறேன் என்று சொன்ன நாடுகள் எல்லாம் ரகசிய ஒப்பந்தங்கள் வழியாக எல்லா தரப்பிலிருந்தும் அனுகூலங்களைச் சம்பாதித்தன. இன்றுவரை safe havens என்ற போர்வையில் ஆயுதம், போதைப் பொருள் என்று எல்லாவிதமான சட்டத்திற்குப் புறம்பான தொழில்களின் கூடாரமாகவே அவை ஆகிவிட்டன. அதுபோல் நானும் இந்த விசயத்தில் நடுநிலை என்ற பெயரில் கள்ள மௌனம் சாதிக்க விரும்பவில்லை. என்னுடைய நிலைப்பாட்டைப் பொதுவெளியில் சொல்ல வேண்டும் என்று நினைத்தேன்.

பனிப்போர், பொருளாதாரத் தடைகள் என்ற போக்கு இருந்தபோதே சுதந்திர இந்தியா நடுநிலை நாடகம் ஆடவில்லை, அணிசேரா கொள்கையை முன்மொழிந்தது. அதையேதான் இப்போதும் செய்ய வேண்டும்.

எனக்கெல்லாம் தொற்று வந்து இயற்கையாக மீண்டிருக்கிறேன். அதைவிட சிறந்த தடுப்பூசி இல்லை. அடுத்தடுத்து மருத்துவ ஆலோசனைக்குபின் நான் முடிவெடுப்பேன். என்னுடைய பிடிவாதத்திற்காக வெளிநாட்டு படப்பிடிப்புகள் பாதிக்கக் கூடாது. என்னை யாரும் பின்பற்ற வேண்டாம். அவரவர் சந்தர்ப்பத்தை கணக்கில்கொண்டு முடிவெடுங்கள்.

வசதிபடைத்த ஒரு நாடோ, தனிநபரோ தடுப்பூசியை நிராகரிக்கலாம். அதே சுதந்திரத்தை எந்த தேசிய அடையாளத்திற்கும் உட்படாத பழங்குடிகளுக்கும் வழங்க வேண்டும். அதுதான் ஜனநாயகத்தின் வாக்குறுதி.

நம்மைப் போன்றவர்கள் அடைமழை காலத்திற்குமுன் ஏரி, குளங்களைத் தூர் வாருவதுபோல...அகத்தியர் குணபாடம் சொல்லும் பாரம்பரிய உணவு முறையை மீட்டெடுத்தால் கொரோனா எத்தனை அலைகளாக உருமாறினாலும் நம்மால் பெரிய சேதாரம் இல்லாமல் கடக்க முடியும்.

என்னதான் வலிந்து முயன்றாலும் நூறு சதவிகிதம் தடுப்பூசியை சாத்தியப்படுத்த முடியாது. எப்படி பூமியில் எழுபது விழுக்காடு நீரால் சூழப்பட்டிருக்கிறோமோ, அதேபோல் நம் உடலும் 70 பங்கு தண்ணீரால் ஆனது. 30 சதவிகிதம் உலக மக்களை எந்த முகாமும் சென்றடையாது. அதனால் மரபணு வழியாக இயற்கை தன் சமநிலையை அதுவே பார்த்துக்கொள்ளும்.

சமீபத்தில் மீமாகப் பகிரப்பட்ட ஒரு கவிதையைப் படித்தேன்

கரும்பு நட்டேன் விற்கவில்லை
கம்பு நட்டேன் விற்கவில்லை
நெல் நட்டேன் விற்கவில்லை
கடைசியில்
கல் நட்டேன் விற்றுவிட்டது...

– விவசாயி

படித்த உடனே என் மனதைத் தைத்தது. விவசாய நிலங்களை எல்லாம் கட்டிடங்களாக மாற்றும் ரியல் எஸ்டேட் மாஃபியாக்கள் கோலோச்சியிருக்கும் அதே நகரங்களில்தான் படித்த இளைஞர்கள் Urban Forestகள் உருவாக்கும் நிறுவனங்களைத் தொடங்குகிறார்கள். மலை அல்லது கடல்சார் வணிகத்தில் படித்த இளைஞர்கள் தங்கள் நேரத்தையும் பணத்தையும் முதலீடு செய்வது வரவேற்கத்தக்கது. என்னுடைய கணிப்பு வேளாண் விஞ்ஞானி பாமயன் சொல்வது போல் விவசாயிகள்தான் உலகின் செல்வாக்கு மிகுந்த மனிதர்களாக மாறப் போகிறார்கள். தற்சார்பு என்ற க்ளிஷேவை உடைப்பதுதான் என் அடுத்த இலக்கு.

எல்லோருக்கும் கல்விபோய் சேரவேண்டும் என்பது சரியான இலக்குதான். அதன் பலனை நாம் எப்படி அறுவடை செய்கிறோம் என்பதில்தான் நாம் சற்று தடம் மாறிவிட்டோம். 90களில் வேர்களை விட்டு நகரங்களை நோக்கி நகர்ந்த நடுத்தர வர்க்கத்திடம் ஐடியில் வேலை செய்வதுதான் நாட்டுக்கும், வீட்டுக்கும் பெருமை என்ற மாயையை உருவாக்கியதில் பெரும்பங்கு என் படங்களுக்கும் உண்டு என்பதை நான் உணர்ந்து வருந்துகிறேன். இனிவரும் காலத்திற்கு நாம் எப்படி நம்மைத் தகவமைத்துக்கொள்ள வேண்டும் என்பதை இளைய தலைமுறையுடன் சேர்ந்து படங்கள் வழியாக வெளிப்படுத்துவேன். தேவைப்பட்டால் நேரடி அரசியலிலும் இறங்குவேன்.

இவை எல்லாம் என்னுடைய கருத்துக்கள். கிட்டத்தட்ட இதே விஷயங்களைத்தான் கட்டியங்காரனும் சொன்னார். அதை வெளிப்படுத்திய விதம்தான் வேறாக இருந்தது. நம் வருங்காலம் எப்படியிருக்கும் என்று சொல்ல தீர்க்கதரிசனம் தேவையில்லை. வரலாற்று நிகழ்வுகளோடு சமகாலத்தை ஒப்பிட்டுப் பார்த்தால் அதில் உள்ள பேட்டர்ன் புலப்படும். நட்சத்திரக் கூட்டத்தை பளிச்சென்று அடையாளம் காண்பதுபோல் ஒவ்வொரு துறைசார் போக்கு அல்லது பாங்கை முன்கூட்டியே கணிக்கத் தெரிந்த எல்லோருமே கட்டியங்காரர்கள்தான்.

என் மகன் கடல் கடந்து இருந்தாலும் தன் சக வயதுடைய இளைஞனுக்கு ஆதரவு தெரிவிக்க வேண்டும் என்று என்னிடம்

அன்புக் கட்டளையிட்டான். இந்தத் தலைமுறை இளைஞர்களை அவ்வளவு எளிதாக ஏமாற்றிவிட முடியாது. 60களில் காட்சி ஊடகத்தின் அரசியல் பகடிகள் பெரிய தாக்கத்தை ஏற்படுத்தியதைப் போலவே இவர்கள் சமூக ஊடகங்களைப் பயன்படுத்தி மிகப்பெரிய மாற்றங்களைச் செய்யக்கூடும்.

இந்தப் பேரிடர் காலத்தைக் கடந்து இயல்புநிலை திரும்பும்போது இதைப்பற்றிய எந்தக் கலைப் பதிவையும் செய்ய நம் மனம் ஒவ்வாது. இப்போதுகூட கடும் கெடுபிடிக்கிடையில் படப்பிடிப்பு முடிந்த பிறகுதான் எல்லாரும் முகக்கவசம் அணிகிறார்களே தவிர அன்றாட வாழ்க்கையை, சமூக இடைவெளியை சினிமாவில் பதிவு செய்யவில்லை.

என் மகன் தன் முதல் படமாக இந்த இளைஞனின் கதையை இயக்க விரும்புகிறான். அதை நான் தயாரிக்கவும், தேவைப்பட்டால் நடிக்கவும் தயாராக இருக்கிறேன். அந்த வகையில் நாங்கள் தொடங்கவிருக்கும் தயாரிப்பு நிறுவனத்தின் முதல் படத் தலைப்பு, "Production NO 1: கட்டியங்காரன்"

பேட்டியைத் தொடர்ந்து சில நாட்களுக்கு சமூக ஊடகங்களில் ரசிகர்கள் பல கேள்விகளை முன்வைத்தார்கள்.

"ஜிகர்தண்டா போல ஒரு படமாக இது வருமா?"

"சார் நீங்கள் நடிப்பது உறுதியென்றால் அந்த இளைஞர் கதாபாத்திரத்திலும் அவரே நடிப்பாரா? இயக்கம் உங்கள் மகன். திரைக்கதையும் அவரே அமைப்பாரா அல்லது தனது சக சினிமா பயணிக்கு வாய்ப்பு அளிப்பாரா?"

மகன் வந்ததும் நாங்கள் எல்லோரும் சேர்ந்து பத்திரிகையாளர் சந்திப்பில் பதிலளிப்போம் என்று அவர் பேட்டியைத் தவிர்த்துவிட்டார்.

அதேபோல் சிலபேர் முடக்கத்திற்குப் பின் மீண்டும் இயங்க ஆரம்பித்த கட்டியங்காரன் பக்கத்திலும் கேள்விகள் கேட்டார்கள்.

"உங்க பேர் என்ன தம்பி?"

"ஆட்டருடன் சமாதானம் ஆகிட்டீங்களா?"

"கொரோனா, தடுப்பூசி பற்றின உங்க பார்வைய மாத்திக்கிட்டீங்களா?"

"ஆட்டரின் மகன் ஏற்கெனவே உங்களுக்குப் பழக்கமா?"

"கேட் காயின் க்ரிப்டோ ஆரம்பிச்சது நீங்கதானாமே? ஆட்டரின் மகன் அதில் பார்ட்னரா?"

"காதல் திருமணம்தானா?"

என்ன பதில் சொல்வது என்று முடிவெடுக்க முடியாதவனாய் அப்பாமுன் போய் நின்றான்.

அவர் கண்களை மூடி 'பராக்'... 'பராக்'... 'பராக்' என்று மூன்று முறைசொல்லிவிட்டு மெல்ல அவனைப் பார்த்து ஓர் அர்த்தம்பொதிந்த சிரிப்பை உதிர்த்துவிட்டு ஆசிகளை வழங்கினார். அம்மாவும் அனோனியும் அவரை வணங்கி நின்றனர். நங்கை எல்லோரையும் சேர்த்து செல்ஃபி எடுத்தாள்!

மறுபக்கம் மஞ்சப்பை ஆசாமி உண்மையிலேயே உளவுத்துறையில் தற்போது பதவி வகிக்கும் ஆள்தானா என்று காவல்துறை விசாரணையைத் தொடங்கியிருந்தது.

*

Epilogue

ஏப்ரல் 1, 2022 – வெற்றிகரமாக இரண்டு கட்ட நாடுதழுவிய தடுப்பூசி முகாம்களை அடுத்து பூஸ்டர் டோஸுக்குத் தயாராகிக்கொண்டிருந்தன. *(Scroll)*

கிட்டத்தட்ட 2 ஆண்டுகளுக்குப் பிறகு சர்வதேச விமான சேவைகள் தொடங்கிய நிலையில் அனோனிமா அவள் பெற்றோரைப் பார்க்கக் கிளம்புகிறாள். **(Flash)**

முதல் பத்திரிகையாளர் சந்திப்பை ஆட்டரின் மகன் எதிர்கொண்டான், கட்டியங்காரனை உடன்நிறுத்தி,

“வணக்கம்,

என்னை ஒரு நெப்போபேபியாக சித்தரித்து போடப்பட்ட மீம்களை நானே நிறைய பேருக்கு ஷேர் செய்திருக்கிறேன். விமர்சிக்கணும், விமர்சிக்கப்படணும்னு தான் நான் ஆசப்படுறேன். எனக்கும் கட்டியங்காரனுக்கும் இந்த ஒரு வருஷ உரையாடல்ல நல்ல சிங்க் இருக்கு.

படம் பேசும்... அதுக்கப்புறம் என்ன பத்தியோ, இவரப் பத்தியோ பேச, எங்க அப்பாக்களோட பேர இழுக்க வேண்டிய அவசியம் வராது...”

கூட்டத்தை கைகூப்பி வணங்கிவிட்டு இருவரும் கைகுலுக்கி விடைபெற்றனர் !.

வீட்டிலிருந்தபடியே இருவரின் அப்பாக்களும் பேட்டியை நேரலையில் பார்த்துக்கொண்டிருக்க,

“பத்திரம் பத்தரம்...” என்று ஒருவர் அனுப்பிய குறுஞ்செய்திக்கு, “நானாற்பது” என்று பதிலளித்துவிட்டு சிரித்துக்கொண்டார் மற்றொருவர் !

ஜூலை 6, 2022 அதிகாலை 4 மணிக்கு பெயர் தெரியாத நபரால் ஜார்ஜியாவின் வழிகாட்டிக் கற்கள்மீது குண்டு வீசப்பட்டது.

சுவாஹிலி, ஹிந்தி மொழிகளில் எழுதப்பட்டிருந்த தூண்கள் மட்டும் முழுமையாக சிதிலமடைந்தன. ஜார்ஜியா போலீஸ் விசாரித்ததில் பல நாட்களாக அங்கு சந்தேகப்படும்படியான ஆட்கள் நடமாட்டம் இருந்ததாகத் தெரிய வந்தது.

"சாத்தானே உங்களைக் கடவுள் வென்றுவிட்டார்" என்று கிராஃபிட்டி கிறுக்கர்கள் ஆங்காங்கு வாசகங்களை விட்டுச்சென்றிருந்தார்கள்.

மீதமுள்ள கற்களும் பாதுகாப்பாக அகற்றப்பட்டு அதை நிறுவிய அறக்கட்டளையிடம் ஒப்படைக்கப்பட்டன. அப்போது அந்தக் குறிப்புகளில் இருப்பதுபோல் ஆறு அடி வரை தோண்டியும் காலப்பெட்டகம் எதுவும் கையகப்படுத்தப்படவில்லை என்பதை காவல்துறை உறுதி செய்தது.

குண்டு வீசிய குற்றத்திற்காக கைதாகுபவருக்கு 20 வருடம் வரை கடுங்காவல் தண்டனை கிடைக்கும் என்று அதிகாரி பேட்டியளித்தார். மறுபக்கம் எல்பர்டன் நகரின் மேயர் உயர்திரு. டேனியல் கிரேவ்ஸ் என்றாவது ஒருநாள் இந்த நினைவு மண்டபத்தை மீண்டும் புதுப்பொலிவுடன் கட்டுவோம் என்று சபதமெடுத்தார்!

End Credits

கட்டியங்காரனாக –

ஆட்டராக –

அனோனிமாவாக –

நங்கையாக –

மஞ்சப்பையாக –

நெப்போ பேபி –

கட்டியங்காரனின் அப்பாவாக –

உங்கள் மனதுக்குப் பிடித்த பிரபலத்தின் பெயரை நீங்களே எழுதிக்கொள்ளலாம்.

இதற்குப்பின் என்ன நடந்திருக்கும் என்ற உங்கள் ஊகங்களை writerpk86@gmail.com முகவரிக்கு அனுப்புங்கள் !

நாளை மனிதன்: உலகக் கோப்பையை வெல்லப் போவது ஆதிவாசியா? நகரவாசியா?

எழுத்திற்கு மட்டும்தான் போர்க்காலத்தைக் கூடபொற்காலமாகப் பதியச் செய்யும் சக்தி இருக்கிறது.

இன்று பேட்மேன் என்றதும் நம் நினைவுக்கு வருவது காமிக் நாயகன் ப்ரூஸ் வெயின்தான். அவன் அனாதையாக்கப்பட்ட பெரும் செல்வந்தன். தன் பெற்றோரைக் கொன்றவர்களை வஞ்சம் தீர்க்க கோதம் நகரையே இரவில் காக்கும் எல்லைச்சாமியாக மாறியவன். அதிசய சக்திகள் எதுவும் இல்லாவிட்டாலும் மதியால் விதியை மாற்ற முடியும் என்று நம்புபவன். அவனைப் பின்னாலிருந்து இயங்கச் செய்ய ஒரு படையே இருக்கிறது.

1940 களில் அந்தக் கதாபாத்திரத்தை எழுதிய பாப் கேனுக்கு கிடைத்த புகழும் அங்கீகாரமும் அதன் மாதிரி வடிவத்தை செழுமைபடுத்தி அந்த நிழல் உலகத்தை நிஜமாக்கிய பில் ஃபிங்கருக்கு கிடைக்கவில்லை. புலம்பெயர்ந்தவர்களுக்காக உருவாக்கப்பட்ட சலனச் சிந்தனைகளைக் கொண்ட இலக்கிய வடிவம்தான் ‘மங்கா’ எனும் சித்திரக்கதை வடிவம். குகை மனிதனின் முதல் வெளிப்பாடு ஓவியம்தான். கூத்து மரபு மொழி எழுத்து வடிவம் பெறுவதற்கு முன்னாலிருந்து இருக்கிறது.

கூத்தின் ஒவ்வொரு கதாபாத்திரமும் மனிதனின் வெவ்வேறு குணாம்சத்தின் வெளிப்பாடாக கருத்துப் பறிமாற்றத்தில் ஈடுபட்டாலும் கட்டியங்காரன்தான் பார்வையாளனுடன் உரையாடுகிறான். அவன்தான் நவீன உரைநடையின் சிற்பி. அவனை மன்னர்களின் துதிபாட மட்டுமே அதிகார வர்க்கம் பணித்தது. அவனுக்கென்று ஒரு கருத்திருந்தால் வருங்காலத்தைப் பற்றிய அவனது கட்டியம் எப்படி இருக்கும்?

“நாம் செய்யும் சின்னச் சின்ன அத்துமீறல்களால் சூழலியலில் என்ன பெரிய மாற்றம் வந்துவிடப் போகிறது?”

இந்த அலட்சியப் போக்கில் தினந்தோறும் பல முறைகேடுகளுக்குத் தெரிந்தும் தெரியாமலும் துணைபோகிறோம். பூமியின் பிறப்பிலிருந்து உயிர்கள் தோன்றும் வரை என்ன நடந்தது என்பதை அடுத்து 50 வார்த்தைகளில் சொல்ல முயல்கிறேன்...

ஒரு ஐம்பது ஓவர் கிரிக்கெட் போட்டியுடன் ஒப்பிட்டால் நுண்ணுயிரிகளிலிருந்து பல்லுயிரிகளாக நாம் பரிணமிப்பதற்குள் 6 பவர் ப்ளேக்கள் (பனி யுகங்கள்) இருந்திருக்கின்றன. ஒரு ஓவர் என்பது 1000 லட்சம் வருடங்கள். 40வது ஓவரிலிருந்து 45க்குள்தான் பூச்சி, பறவைகள், மரம், செடி, கொடி, மிருகம், மனிதன் எல்லாம் தோன்றியிருக்கிறது.

“50 ஓவர் வரை நின்று ஆட வேண்டுமென்றால் நாம் என்ன செய்ய வேண்டும்?”

பனி யுகத்தின் வருகையைத் தள்ளிப்போட வேண்டும். எப்படி? வெப்பத்தை தக்கவைத்துக் கொள்வதால்...

நம் பாதத்தின் அடியில் ஆறாயிரத்து சொச்ச கிமீ தூரத்தில் இருக்கும் பூமியின் இதயம் (கரு) கொப்பளிக்கும் உலோகங்களால் ஆனது. நாம் குடையும் சுரங்கங்களும், வெட்டும் மரங்களும் மண்டையின் மேல் ஓட்டில் ஒட்டிக்கொண்டிருக்கும் ரோமக்கால்களைப் பிடுங்குவது போல். முடியை வேரோடு பிடுங்குவதால் மாரடைப்பு வருமா? வராது... ஆனால் வெய்யில், மழை, பனியிலிருந்து நம்மை ஓரளவு முடி காக்குமில்லையா...? தொடர்ந்து ஒருவர் மொட்டைத் தலையுடன் உச்சி வெயிலில் வேலை செய்தால் என்ன ஆகும். உடலின் வெப்பம் ஏறும், ரத்த ஓட்டம் சீர்குலையும், மயக்கம், தலைசுற்று என்று ஆரம்பித்து கடைசியாக மாரடைப்பில் போய் முடியும்.

நில நடுக்கங்கள், எரிமலைகளின் சீற்றம், கடலின் கொந்தளிப்பு இவையெல்லாம் பூமியின் இதயத்தின் இயக்கத்தை ஈசிஜி எடுத்துப் பார்ப்பது போல் சமிக்ஞைகள் காட்டிவிட்டுச் செல்கின்றன. 25,000 ஆண்டுக்கு ஒருமுறை என்று பூமியின் அச்சு சின்ன சாய்வுக்கு

உட்பட்டு ஒரு கட்டத்தில் ஒருநாளின் பனிப்பொழிவை அடுத்த நாளின் சூரிய வெப்பம் கரைக்க முடியாதபடி ஆக்கும். 2 நாளின் பனிப்பொழிவு இன்னும் கூடுதல் பனியை ஈர்க்கும். கரையான் புற்று போல் துருவங்களிலிருந்து தொடங்கி பூமத்திய ரேகை வரை இரண்டுபுறமும் பனி வேகமாகப் படரும். இப்படித்தான் இதற்குமுன் 6 முறையும் நிகழ்ந்து இயற்கையே பூமியைப் புனரமைத்திருக்கிறது.

ஒருவேளை நாளை பூமியின் மையம் வரை ஊடுருவும் தொழில்நுட்பத்தை மனிதன் கண்டுபிடித்தால் அது நம் எலும்பு மஜ்ஜையில் செலுத்தப்படும் ஊசிபோல பூமியின் காந்தப்புலத்தில் சலனங்களை ஏற்படுத்தும். அதனால் சூரியனின் கதிர்களை நாம் எதிர்கொள்ள முடியாத அளவுக்கு வளிமண்டலம் மாறும். பனிக்காலத்திற்கு முன்னாலேயே நம் ஆட்டம் முடிவுக்கு வரும். அதாவது 50வது ஓவருக்கு முன்னாலேயே ஆல் அவுட்.

கடல்வழி வணிகம் செய்து எழுத்துப் பூர்வமாகவும், உணர்வுப் பூர்வமாகவும், கலாச்சாரப் பூர்வமாகவும் பல பரிமாற்றங்களைச் செய்துகொண்ட உலக நாகரிகங்கள்தான் தன் எல்லைகளை விரிவுபடுத்திக்கொண்டே இருக்கும் ஆசையில் போரிட்டு ஒருவரை ஒருவர் அழித்துக்கொள்கிறது. பழங்குடிகள் என்று நாம் சொல்லும் ஆதிவாசிகள் நீர்நிலைகளைப் பொறுத்து பறவைகளும், விலங்குகளும் பெயர்வதைப் போல் இடம் மாறுகிறார்கள். எந்தவிதமான நவீன சாதனங்களுமே இல்லாமல் அவர்கள் உலகம் முழுவதும் அச்சு அசல் ஒரே மாதிரி சில மரபுகள், சடங்குகளைப் பின்பற்றுகிறார்கள். வாய்வழியாக அவர்களது வாழ்க்கை முறையை உரையாசிரியர் இல்லாமல் அவர்களே அடுத்த தலைமுறைக்கு கடத்துகிறார்கள்.

ஆங்கிலேய அதிகாரிகளிடம் மூன்றாம் உலக நாடுகளாகக் கருதப்படும் தேசங்களின் இனமான இளைஞர்கள் எடுபிடிகளாக வேலை செய்தனர். எவ்வளவு பெரிய வீரனாக இருந்தாலும் அவன் தன் உயர் அதிகாரியின் துப்பாக்கியைத் துடைத்து, தோட்டாக்களை ரவை குறையாமல் இட்டு வைத்ததோடு சரி. போரில் அவன் அவரது உயிர்காக்கும்படி செயல்பட்டிருந்தாலும்

அவனுக்கு பதவி உயர்வு, அங்கீகாரம் என்று பெரிதாக எதுவும் கிடைக்கவில்லை. உலகப் போர்களின் முடிவில் Batman என்று சொல்லப்படும் ராணுவ சிப்பந்தி வேலை முற்றிலுமாக ஒழிக்கப்பட்டது.

உலக யுத்தத்தின் முடிவில் ஒரே நாணயத்தின் இரண்டு பக்கங்கள் போல் முதலாளித்துவ நாடுகளும் பொதுவுடைமைப் போக்குடைய நாடுகளும் நடந்துகொண்டன. முதலாளி தாராளவாதியாகவும்,பொதுவுடைமையாளன் சர்வாதிகாரியாகவும் சித்தரிக்கப்பட்டான். பனிப்போர் காலகட்டத்திலும் கல்வி, வசதிவாய்ப்புகளுக்காக நகரத்தை நோக்கி நகரும் ஆதிவாசியை நகரவாசி சிப்பந்தியாக மட்டுமே உபயோகிக்க நினைக்கின்றான். பொருளுக்கான / சேவைக்கான அடக்கவிலையை உறிஞ்சும் பஞ்சாக அவர்களின் வளங்களையும் உழைப்பையும் உபயோகிக்க வேண்டும் என்று அவன் காசுகொடுத்து வாங்கிய பட்டமும் பதவியும் சொல்லிக் கொடுத்ததன் விளைவு.

இந்தக் குணம் இன்று நேற்று வந்ததல்ல. எல்லா பவர்ப்ளேக்களுக்கு பின்னும் தன்னியல்பிலேயே மனிதன் இந்த இடத்தை அடைந்திருக்கிறான். உதாரணமாக ஆதிமனிதனுள் ஹோமோ நியாண்டர்தல் (பாமர மனிதன்),ஹோமோ சேப்பியன் (அறிவார்ந்த மனிதன்) என்று இரண்டு வகையினர் இருந்தனர். நியாண்டர்தல் இன்றைய ஆதிவாசியைப் போல. அவனுக்கு குகையில் வசிக்க நெருப்பு மூட்டுவது அவசியம் என்று தெரியும். ஹோமோ சேப்பியன் கையில் சக்கரம் இருந்தது. அதை வைத்து அவன் அதிகாரத்தை நிலைநிறுத்தினான். சேப்பியனுக்கும் நியாண்டர்தலுக்கும் இடையில் திருமண உறவுகள், கலாச்சாரப் பரிமாற்றங்கள் இருந்தாலும் நாளடைவில் நியாண்டர்தல்கள் அழிந்து போயினர். நாமெல்லோரும் சேப்பியன்களின் வழித்தோன்றல்களாகவே கருதப்படுகிறோம். நம்முடைய மரபணுக்கூறுகளில் நியாண்டர்தலின் பங்கு ஐந்து விழுக்காடுக்கும் குறைவுதான் என்றபோதிலும் அதுதான் நம்முடைய நோய் எதிர்ப்பு சக்திக்குக் காரணம் என்கிறது அறிவியல் உலகம்.

இனச்சேர்க்கையோ, புணர்ச்சியோ இல்லாமலேயே பிறக்கக்கூடிய நாளை மனிதனை யுவால் நோவா ஹராரி 'ஹோமோ டுவோ' (அவதாரம்) என்றழைக்கிறார். அவனுடைய அஸ்திரம் எல்லாவற்றையும் நகலெடுக்கக்கூடிய, மறுசுழற்சிக்கு உள்ளாக்கக்கூடிய எந்திரங்கள் (முடியிலிருந்து மூளைவரை).

"நகலெடுக்கும் தன்மை என்பது நமது மரபணுவிலேயே இருக்கிறது. தேவையானது தங்கும், மற்றவை வழக்கொழிந்துவிடும்." ரிச்சர்ட் டாக்கின் எழுதிய "Selfish Gene" புத்தகத்தில் முதன்முறையாக இந்தத் தன்மையை 'meme' என்று அழைத்தார்.

ஹராரி \ டாக்கின்: இந்த இருவரின் கூற்றில் எது மெய்ப்பிக்கப் போகிறது? உலகம் பிறிதொரு பனிக்காலத்தை சந்திக்கும்வரை உயிர்த்து இருக்கப் போகின்றவர்கள் பழங்குடிகளா? நகரவாசிகளா? அவதார மனிதன் யாருடைய வழித்தோன்றலாக இருப்பான்? என்ற பல கேள்விகளுக்கு நம்மிடம் தரவுகளின் அடிப்படையில் பதில் இல்லை.

ஆதிவாசிகள் நாளை மனிதனின் எந்திரங்களைச் செலுத்தும் எண்ணையாகி எரிகையில் நம்மில் சிலர் நாளைய தொல்பொருள் ஆராய்ச்சியாளர்களின் குறிப்பேட்டிலும், அருங்காட்சியகங்களிலும் படிமங்களாகவும் தொன்மங்களாகவும் எஞ்சுவோம். நோய்க்கூறுகளை நம்மிலிருந்து நாளை மனிதன் ஆராய்கையில் எதிர்ப்பு சக்தியை ஆதிவாசியின் மரபணுவிலிருந்து பெறுவான்! என்பது இதுவரையிலான என் ஊகம்.

கடந்த 200 ஆண்டுகளுக்குள் முடியாட்சியிலிருந்து குடியரசுகள் மலர்ந்து, சனநாயகம் தழைத்து ஏற்றத்தாழ்வுகளே இல்லாத உலக வரைபடத்தை உருவாக்கும் கனவோடு உலகக்குடிமகனாக சிறகடித்துப் பறக்க நினைப்பவனின் இறக்கைகளை கொரோனா போன்ற தொற்றுக்கள் வெட்டிவிடுகின்றன.

இன்னும் இந்தக் காலகட்டத்திற்குப் பெயர்தான் வைக்கவில்லை. என்னைக் கேட்டால் இது தகவல் திரிபின் காலம் என்பேன். மொழி என்ன நோக்கத்துடன் எழுத்துரு பெற்றதோ அதை முற்றாக முறியடிக்கும் விதம் ஊடகங்கள் செயல்பட்டு

வருகின்றன. அதனால் இந்தப் பேரிடர் காலத்தின் சாட்சியாக, உரையாசிரியர்களின் கதை மாந்தர்களாகிய நாம் செய்யும் பதிவுகள்தான் அடுத்த ஐம்பது ஓவரை சுவாரஸ்யமானதாக்கும். கருடனை வவ்வால் வெல்லட்டும்!